நட்ட கல்லும் பேசுமோ?

பிரேம பிரபா

பாரதி
புத்தகாலயம்

Natta Kalum Pesumo? (in Tamil)

Premaprabha

First Published: September, 2021

Published by
BHARATHI PUTHAKALAYAM
7, Elango Salai, Teynampet, Chennai - 600 018
Email: thamizhbooks@gmail.com / www.thamizhbooks.com

நட்ட கல்லும் பேசுமோ?

பிரேம பிரபா

முதல் பதிப்பு: செப்டம்பர், 2021

வெளியீடு:

பாரதி புத்தகாலயம்

7, இளங்கோ சாலை, தேனாம்பேட்டை, சென்னை - 600 018
தொலைபேசி : 044-24332424, 24332924, 24356935

விற்பனை நிலையங்கள்

மதுரை: 37A, பெரியார் பேருந்து நிலையம் - 045 22324674
ஈரோடு: 39: 39 ஸ்டேட் பாங்க் சாலை - 9245448353
திண்டுக்கல்: பேருந்து நிலையம் - 9942331105, 9976053719
பழனி: பேருந்து நிலையம் அருகில் - 9442883696
திருப்பூர்: 447, அவினாசி சாலை - 9486105018
சேலம்: பாலம் 35, அத்வைத ஆஸ்ரமம் சாலை 0427 2335952
திருவல்லிக்கேணி: 48, தேரடி தெரு - 9444428358
வடபழனி: பேருந்து நிலையம் எதிரில் அடையார்
ஆனந்தபவன் மாடியில் - 9444476967
பெரம்பூர்: 52, கூக்ஸ் ரோடு - 9444373716
திருவாரூர்: 35, நேதாஜி சாலை - 9442540543
சேலம்: 15, வித்யாலயா சாலை சாலை
திருநெல்வேலி: 25A, ராஜேந்திரநகர் - 9442149981
அருப்புக்கோட்டை: 31, அகமுடையார் மஹால் - 9994173551
மதுரை: சர்வோதயா மெயின்ரோடு
குன்னூர்: N.K.N வணிக வளாகம் பெட்போர்ட்
செங்கல்பட்டு: 1 D ஜி.எஸ்.டி சாலை - 044 27426964
விருதுநகர்: 131, கச்சேரி சாலை - 0456 2245300
கும்பகோணம்: 352, ரயில் நிலையம் எதிரில் - 9443995061
வேலூர்: பேஸ் III, சத்துவாச்சாரி - 9442553893
நெய்வேலி: பேருந்து நிலையம் அருகில், - 9443659147
தஞ்சாவூர்: காந்திஜி வணிக வளாகம் காந்திஜி சாலை - 9655542400
கோவை: 77, மசக்காளிபாளையம் ரோடு, பீளமேடு - 8903707294
திருச்சி: வெண்மணி இல்லம், கரூர் புறவழிச்சாலை - 9994289492
திருவண்ணாமலை: முத்தம்மாள் நகர்
நாகர்கோவில்: 699 கே.பி.ரோடு R.V.புரம் - 9443450111
சிதம்பரம்: 22A / 18B தேரடி கடைத் தெரு,
கீழவீதி அருகில் - 9994399347
கரூர்: நாரத கானசபா அருகில் (TNGEA OFFICE)- 9442706676
காரைக்குடி : 12, 2 வது தெரு, கம்பன் மணிமண்டபம் பின்புறம் - 9443406150
பாண்டிச்சேரி : கிழக்கு கடற்கரைச் சாலை, இலாசுப்பேட்டை, 9486102777
அருப்புக்கோட்டை : கதவுஎண் 49A/4 ஐம்பதூர் தேவாங்கர் உறவின் முறை கட்டிடம் முதல் தளம்

நினைத்த நூல்கள்... நினைத்த நேரத்தில்...

thamizhbooks.com 8778073949

அச்சு : பிரிண்டெக், சென்னை - 600 005.

என்னுரை

1. நடுகல்லின் தோற்றமும் வரலாறும்

ஒருவர் இறந்தபிறகு சமாதியின் மேல் நட்டு வைக்கப்பட்ட மரத்தாலான முளைகள்தான், சிற்ப வேலைப்பாடுகள் கொண்ட மரச் சிலைகள் தோன்றுவதற்குரிய திருப்புமுனையை உருவாக்கி இருக்கக் கூடும். இதைப் போலவே சமாதியின் மேல் உருட்டி விடப்பட்ட சொறசொறப்பான பாறைகளும், நட்டு வைக்கப்பட்ட நடுகற்களும்தான் உலகெங்கிலுள்ள பண்பட்ட சமூகங்களில் காணப்படுகின்ற, பொதுவான வழிபாட்டு உருவமாகத் திகழ காரணமாய் இருந்தது. இறந்தவர்கள் திரும்பி வந்து உயிரோடு இருப்பவர்களைத் துன்புறுத்தாமல் தடுக்கும் பொருட்டுதான் இந்த கற்பாறைகளைச் சவக்குழிகளின் மேல் உருட்டிவிட்டனர். நாளாக நாளாக இந்த கற்களைச் சதுர வடிவமான கற்பலகைகளாக ஒழுங்குபடுத்தினர். கடைசியாக இவைகளின் மேல் மனிதத்தலையும், தோளும் பொருந்திய கரடுமுரடான பிரதிபிம்பங்கள் செதுக்கப்பட்டு அழகுபடுத்தப்பட அதுவே பின்னாளில் நடுகல் வழிபாடாக மாறியிருக்க வேண்டும்.

அந்தக் காலத்தில் முகத்திலும் மார்பிலும் புண் பட்டுப் போரில் இறத்தலை உயர்ந்த சாவாகவும் அதையே சிறந்த பேறாகவும் கருதினர். போரில் இறந்தவர்களுக்கு கல் நட்டுக் கடவுளாக்கி வழிபட்டனர். அரச மரபினரோ, போர் மறவர்களோ போரில் புண்பட்டு இறவாமல் நோய் வாய்ப்பட்டு இறப்பின் அந்த இறப்பு தாழ்வாக சமூகத்தில் கருதப் பட்டது. அதனால், போரில் புண்பட்டு இறவாமல் வேறு விதமாய் இறந்தவர்களையும், மார்பில் கத்தியால் கீறிக் காயம் உண்டாக்கிப் புதைத்து மேலே நடுகல் நட்டனர். பண்டைக் காலத்தில் போர் அடிக்கடி நடைபெறுமாதலால் வீடுகள் தோறும் மறவர்கள் இருந்தனர். மாண்ட மறவர்களுக்கு நடுகல் நடும் பழக்கமே பின்னாளில் அனைவருக்கும் நடுகல் நடும் மரபாக மலர்ச்சி பெற்றது எனலாம். அம்மரபு இந்தக் காலத்திலும் தொடர்கிறது.

போரில் வீரமரணம் அடைந்த வீரர்களுக்கு மட்டுமன்றி வடக்கிருந்து உயிர்துறந்தவர்களுக்கும், உடன்கட்டை ஏறிய உத்தம மாதர்களுக்கும், கோவில் கட்டியவர்களுக்கும், கால்வாய் வெட்டியவர்களுக்கும், நரபலியாக வெட்டுண்டவர்களுக்கும், நற்காரியத்தின் பொருட்டுத் தற்கொலை செய்து கொண்டவர்களுக்கும், நிரைகவர்தல் நிரைமீட்டல் ஆகிய போர்களில் ஈடுபட்டு இறந்த வீரர்களுக்கும் நடுகற்கள் எடுக்கப்பட்டன

அப்படி இறந்த மனிதனின் ஆவியை சாந்தப்படுத்துவதற்கும், இறந்தவன் மீதான அன்பின் அடிப்படையிலும் நடுகற்கள் உருவானது. போரில் இறந்தவருக்கு நினைவுக் கற்கள் எடுக்காவிட்டால், தங்களின் வாரிசுகளுக்கு துன்பம் நேரிடும் என பயந்ததால் நீர்நிலைகள், மரத்தடி, போன்ற இடங்களில் நினைவுக்கல் எழுப்பினார்கள். சுறுக்கமாகக் கூறினால் இறந்தவனை வழிபடுவதே நடுகல் வழிபாட்டின் முக்கிய அடிப்படை நோக்கமாகும்.

நடுகல் நடுவதற்கு தீர்மானித்த பிறகு அதற்குரிய கல்லை மலைக்குச் சென்று தேர்ந்தெடுத்து அதைக் கொண்டுவந்து நீரில் இட்டு நீர்ப்படை செய்து பிறகு அந்த வீரனுடைய பெயரையும் புகழையும் அக்கல்லில் எழுதி அதை நடவேண்டிய இடத்தில் நட்டு மக்கள் எல்லோரும் சேர்ந்து சிறப்புச் செய்து வாழ்த்துவார்கள். நடுகற்கோவில்களைப் போன்று அரசனைப் புதைத்த இடத்தில் சமாதிக் கோயில்கள் பின்னாளில் உருவாகின. இக்கோவில்களையே பள்ளிப்படைக் கோவில்கள் என்று கல்வெட்டுகளில் குறிப்பிட்டு இருக்கிறார்கள்.

நடுகல் இறந்தவர்களின் நினைவாக எடுக்கப்படும் நினைவுக் கல் ஆகும். இவற்றை “வீரக் கற்கள்” என்றும் கூறுவர். வீரச்சாவு அடைந்தவர்களுடைய நடுகற்களுக்கே பெருமதிப்புக் கொடுக்கப்பட்டு வந்தது. வீரர்களுக்காக எடுக்கப்படும் நினைவுக் கற்களை மக்கள் வணங்கி வந்தது பற்றியும் பண்டைக்கால இலக்கியங்களில் சிறப்பித்துக் கூறப்பட்டுள்ளன. அவர் தம் பீடும் பெயரும் எழுதிய நடுகற்களை நிறுவி, பூவும் புகையும் காட்டி, சிறப்பு செய்தல் வழக்கம். இதுவே நடுகல் வணக்கம் என்று அழைக்கப்பட்டது.

2. நடுகல்லின் வகைகள்

சதிக்கல்: போரில் இறந்துபட்ட வீரனின் மனைவி கணவன் இறந்தபின் செய்ய வேண்டிய கடமைகளை செய்து விட்டு தானும் தீயில் பாய்ந்து உயிர் விட்டதையும், இவர்களுக்கு உறவினர்கள் நடுகல் எடுத்து வணங்கியதையும் பல சங்கப்பாடல்களில் காணப்படுகிறது. இத்தகைய நடுகல்லை சதிக்கல் என்றும் அழைப்பார்கள்.

வல்லாண் பதுக்கைக் கடவுள்: நடுகல்லைச் சுற்றிலும் கல் அடுக்கி அதனைப் பதுக்கை ஆக்குவர். இந்த நடுகற்களுக்கு வல்லாண் பதுக்கைக் கடவுள் என்று பெயர். இந்தப் பதுக்கைக் கோயில்கள் பாதைகள் கூடுமிடத்தில் அமைக்கப்பட்டிருக்கும்

நவகண்டம் நடுகல்: இத்தகைய நடுகல்லில் உள்ள வீரன் தன் வலது கையால் தன் தலையைக் வெட்டிக்கொள்வது போன்று செதுக்கி இருப்பார்கள். இவ்வகையான நடுகற்களுக்கு நவகண்டம் என்று குறிப்பிடுகின்றனர். இந்நடுகல்லில் உள்ள வீரன் போரில் வெற்றி பெற்றால் தன் தலையையே காணிக்கையாகச் செலுத்துவதாகக் கடவுளிடம் வேண்டிக்கொண்டு அதன்படி வெற்றி பெற்ற பிறகு தன் தலையை வெட்டிக் காணிக்கையை நிறைவேற்றுவது போன்ற காட்சியாகும் இக்காட்சிப் பற்றிய செய்தி சிலப்பதிகாரம் மற்றும் கலிங்கத்துப்பரணியில் இடம் பெற்றுள்ளது. இத்தகைய நடுகல் 14/15 ஆம் நூற்றாண்டைச் சார்ந்ததாகும். இம் மரபு தமிழகத்தில் தொன்று தொட்டு இருந்து வந்திருக்கிறது. கொற்றவையின் முன்பாகத் தன் வேண்டுதலை நிறைவேற்ற தலையை அறுத்துப் பலியிட்டு கொண்டவர்களைப் பற்றிய குறிப்புகளும் சங்க இலக்கியங்களில் உள்ளன, குறிப்பாக கலிங்கத்துபரணியில் சோழ அரசின் வெற்றிக்காக இப்படி ஒரு வீரன் தலையை அறுத்து பலிகொண்டது பற்றிய செய்தி இடம் பெற்றுள்ளது.

வடக்கிருந்தோர் நடுகல்:

போரில் மாண்ட மறவர்க்கு நடுகல் எடுத்தல் போலவே, சிறந்த குறிக்கோளுக்காக வடதிசை நோக்கியமர்ந்து உண்ணா நோன்பு கொண்டு உயிர் துறந்தோர்க்கும் கல் நடும் மரபு அக்காலத்தில் இருந்திருக்கிறது. அதற்கு ஓர் எடுத்துக்காட்டுதான்

கோப்பெருஞ்சோழன் என்ற மன்னன். சுமார் இரண்டாயிரம் ஆண்டுகட்கு முன், உறையூரைத் தலைநகராகக்கொண்டு சோழநாட்டை ஆண்ட சோழமன்னன் தன் மைந்தருடன் கருத்துப் பிணக்கம் கொண்டு வடக்கிருந்து உயிர் நீத்தான் என்பது வரலாறு.

புலிக்குத்திக்கல்: பண்டைய காலத்தில் அண்டை நாடுகளுடன் போரிட்டு வெற்றி பெறும் வீரர்கள் அங்குள்ள ஆடு, மாடுகளைக் கவர்ந்து வருவார்கள். இவ்வாறு கவர்ந்து வரும் ஆடு, மாடுகளைக் காட்டின் வழியாகக் கொண்டு வரும் போது எதிரே புலி, சிங்கம், சிறுத்தை போன்ற விலங்குகள் வழிமறிக்க அவற்றுடன் சண்டையிட்டு உயிரிழக்கும் வீரனுக்கு அந்த இடத்திலேயே நடுகல் நட்டு வைத்து வழிபடுவது வழக்கமாக இருந்துள்ளது.

எருது பொருதார் கல்: காளையின் கொம்புகளை தன் கைகளால் பிடித்து போரிட்டு மடிந்த வீரனுக்காக நிறுவிய நடுகல்தான் எருது போருதார் கல்.

வெட்சி கரந்தைப் போர் நடுகல்: வெட்சி கரந்தைப் போர்களில் ஈடுபட்ட வீரர்கள் வெற்றியோடு மீண்டு வந்தால் ஊரார் பெருவிழா நடத்தி கொண்டாடிப் போற்றினர். மாண்டால் நடுகல் நட்டுவணங்கி வழிபட்டனர். சங்க இலக்கியங்களில் கூறப்பட்டுள்ள நடுகல் பற்றிய செய்திகள் அனைத்தும் வெட்சி கரந்தைப் போர்களில் வீரமரணம் அடைந்த ஆடவர்களின் நினைவைப் போற்றி வணங்குவதற்காக நடப்பட்ட கற்களைப் பற்றியதாகவே உள்ளன. நாடுபிடிச் சண்டைக்கு ஆநிரைப் போர் ஒரு தொடக்கச் சடங்காக வழவழி மரபாக மேற்கொள்ளப்பட்டு வந்து உள்ளது. இப் போர்களில் வீர சாவடைந்த மறவர்களை சிறப்பித்தும் தெய்வமெனத் தொழவும் அது பொருட்டு மாண்ட வீரரின் உறவினர்களால் அல்லது ஆண்டைகளால் அவர் நினைவில் நிறுத்தப்பட்டவையே நினைவு கற்கள் எனும் நடுகற்கள். மாண்டவற்கான இந்த சிறப்புச் செய்கையானது அடுத்து வரும் தலைமுறையினரை போரின் பால் ஈர்க்க உதவுவதற்கே என நாம் புரிந்து கொள்ளலாம்.

இதைத் தவிற பத்தினிக் கல், ஊர் காத்த வீரன் கல், பலிக்கல், வணிக நடுகல், குதிரை குத்திப்பட்டான் கல், பன்றி குத்திப்பட்டான் நடு கல், புலிக் குத்தி நடுகல், ஆயுத

கல், யானைப் போர் நடுகல், நரை மீட்டோர் கல், கடலுள் மாய்ந்தோர் கல், ஊர்காத்தான் கல், பெண் மீட்டான் கல், அரம் காத்த நடு கல், கழி பேராண்மைக் கல், சாவாரப்பலிக்கல், அடியார் சமாதிக் கல், நாய்க்கு நடுகல் என்று பலவகையான நடுகற்கள் நம் இலக்கியங்களில் குறிப்பிடப்பட்டுள்ளது.

பெண்களுக்கு நடுகல் நடப்பட்ட செய்தி சங்க இலக்கியங்களில் அவ்வளவாகக் காணக் கிடைக்கவில்லை. சேரன் செங்குட்டுவன் கண்ணகிக்கு நடுகல் நட்டுக்கோயில் அமைத்து வழிபாடு நிகழ்த்த ஏற்பாடு செய்ததாக சிலப்பதிகாரம் கூறுகிறது. கண்ணகி தவிர்த்த பிறபெண்களுக்கு நடுகல் நடப்பட்டதா என்பது தெரியவில்லை. கண்ணகிக்கு செங்குட்டுவன் அமைத்த நடுகல்லுக்குப் பூசை செய்வதற்கு அவளுடைய தோழியான தேவந்தியையே பணிக்கப்பட்டதாக சிலப்பதிகாரம் கூறுகிறது.

இதுவரை தமிழகத்தில் கிடைக்கப்பெற்ற நடுகற்கள் பெரும்பாலும் மக்கள் வாழ்கின்ற அல்லது வாழ்ந்ததாக அறியப்படும் ஊருக்கு வெளியில்தான் கண்டறியப்பட்டுள்ளன. ஈமக்காடுகள் உள்ள இடங்களிலும் நடுகற்கள் இருந்துள்ளன. இவை உணர்த்துவது யாதெனின், நடுகற்கள் எடுக்கப்படும் இடங்களை நோக்குகையில், வீரன் மடிந்த போர்க்களமாகவோ அல்லது அவனைப் புதைத்த இடமாகவோ தான் நம்மால் தீர்மானிக்க முடிகிறது.

வீரர்களின் சிறப்பு வினைக் கருதி அவர்தம் நினைவில் நடுகல் நிறுத்தியது போலவே தாம் செல்லமாக வளர்த்த கிளி, கோழி, எருது, குதிரை ஆகிய பறவைகள் விலங்குகள் முதலியனவற்றுக்கும் நடுகல் எழுப்பி உள்ளனர். அவ்வாறே ஒரு ஆண்டை தான் செல்லமாக வளர்த்த தன் இரு நாய்களின் நினைவாக நினைவுக் கல் நிறுவி உள்ளான்.

3. நடுகல் வழிபாடு

தொல்காப்பியர் நடுகல் எடுப்பதற்கான ஆறு நிலைகள் பற்றிக் குறிப்பிடுகின்றார். அவை, காட்சி, கால்கோல், நீர்ப்படை நடுதல், பெரும்படை, வாழ்த்தல் என்பதாகும். இதனடிப்படையில் ஆராய்கையில் இவ்வழக்கம் தொல்காப்பியர் காலந்தொட்டே இருந்துள்ளதை நாம் அறியலாம்.

காட்சி: குறிப்பிட்ட நல்ல ஒரு கல்லினைக் கண்டு தெரிவு செய்வதாகும்.

கால்கோள்: அப்படி தேர்ந்தெடுத்த கல்லினைக் கொண்டு வந்து வழிபாட்டுக்கு உரிய செயலைத் தொடங்குவதாகும்.

நீர்ப்படை: கல்லினை நீரில் இட்டு வைத்தோ, அல்லது நீர் விட்டோ தூய்மை செய்வதாகும்.

நடுதல்: கல்லில் போரில் மடிந்த மறவனது பெயரும் பெருமையும் பொறித்து, அவன் இறந்த இடத்திலோ அல்லது அவனது உடலைப்புதைத்த இடத்திலோ நட்டு, **மயிற் தோகையும் மாலையும் அணிவிக்கும் செயலாகும்.**

இறந்த வீரனின் பெயரையும் செயலையும் கல்லில் பொறிப்பார்கள் அக்கல்லிற்கு நீராட்டி, நெய் ஊற்றி , காப்பு நூல் கட்டி வாசனைப் புகை காட்டி விளக்கேற்றுவார்கள். ஆட்டுக்கிடாய்களைப் பலியிட்டு துடிப்பறை ஒலிப்பார்கள். எண்ணெய் பூசி கள் படைப்பார்கள். வில், வேல், வாளால் அதனைச் சுற்றி வேலியமைப்பார்கள். இச்செயல்கள் யாவும் நடைபெறுவதற்குக் காரணம், அக்கல்லில் இறந்த வீரனின் சக்தி நிலைகொண்டுள்ளதாக அவர்கள் நம்பியதுதான். நடுகல் வீரனுக்கு விருப்பிய பண்டங்களை படையல் இட்டு வழிபட்டதை வீரனின் ஆவி ஏற்றுக்கொள்வதாகவும், அதனால் பல வெற்றிகளை அடையமுடியும் என்றும் விரும்பியது கிட்டும் என்றும் மக்கள் நம்பியதை இதன்வாயிலாக உணரமுடிகின்றது. கொலையுண்டு தெய்வமானவர்கள் அடித்தள மக்கள் பிரிவை சார்ந்தவர்கள் எனில் அவர்களின் உணவான இறைச்சியையே படையலாக்கிப் படைத்தார்கள்.

நடுகல்லுக்கு விடியற்காலையில் நன்னீராட்டி நெய்விளக்கேற்றிப் படையலைப் படைத்தனர் . நெய் விளக்கு ஏற்றியதால் உண்டானபுகை மேகம் போல் எழுந்து தெருவில் மணக்குமாம். நடுகல்லுக்குப் பீலி சூட்டி வணங்கும் போது கள் படைத்து வணங்கினர் என்று புறநானூறு கூறுகிறது. அதியமான் நெடுமானஞ்சியின் நடுகல்லுக்கு கள் படைக்கப்பட்டதாக அவ்வையாரே குறிப்பிடுகிறார். .

சிற்றூரின் பக்கத்தே நடப்பட்ட ஆநிரைகளையுடைய கோவலர் உயர்ந்த வேங்கை மரத்தின் நல்ல பூங்கொத்துக்களைப்

பனையோலையில் தொடுத்து அலங்கரித்து இலைமாலை சூட்டி நடுகல்லை வணங்கினர் என்று புறநானூறு கூறுகிறது

வெட்சியார் கவர்ந்து சென்ற ஆநிரைகளை மீட்பதற்காக நடைபெற்ற கரந்தைப் போரில் உயிர்நீத்த வீரனுக்கு ஊரவர் கல்நட்டனர். மரல் நாரில் தொடுக்கப்பட்ட சிவந்த பூவையுடைய கண்ணியையும் அழகிய மயிலினது பீலியையும் சூட்டிப் பெயரும் பீடும் எழுதிப் பெருமை செய்து வழிபட்டனர்

பெரிய யானையின் அடிபோலத் தோன்றும் ஒரு கண்ணினையுடைய பெரிய பறையினையுடைய இரவலனே, நீ போகின்றாயாயின் பகைவரது வில்லில் இருந்து வெளிப்பட்ட அம்புகள் மிகுதியாகத் தைக்கவும் எதிர்நின்று விலக்கியவனது கல்லைத் தொழாமல் போவதைத் தவிர்ப்பாயாக என்று, பாணர்களை நடுகல்லினை வணங்கிச் செல்லுமாறு வற்புறுத்தப் பட்டதைப் புறநானூறு கூறுகிறது.

வழிச் செல்லும் பாணர்கள் வழியிடைக்காணும் நடுகற்களை வணங்கி யாழை வாசித்து செல்லுமாறு வற்புறுத்தப்பட்ட செய்தியை மலை படுகடாம் பாட்டின் வரிகள் கூறுகின்றன.

இன்பம் மிகுந்த தாளத்தையுடைய பாணர்களின் பாட்டு, அந்நடுகல்லின் தெய்வத்திற்கு விருப்பம் உடையதாதலின் உங்களுடைய யாழை வாசித்து விரைந்து செல்வீர் என்று பாணர்களிடம் நடுகல்லைக் கண்டு வணங்கிச் செல்லுமாறு கூறினார்கள். நடுகல்லை நாளும் தவறாது வணங்கினால் மழைவளம் பெருகும், மழை பெய்தலால் கொடுங்கானம் வறட்சி நீங்கிக் குளிரும் மரம் செடிகள் தளிர்த்துப் பூக்கும், அதனால் வறட்சிமிக்க இக்கொடிய வழியில் வண்டுகள் மிகுதியும் மொய்க்கும், வளம் பெருகும் என்று மக்களிடம் நம்பிக்கையை வளர்த்தார்கள்.

பழந்தமிழர்கள் நடுகற்களை மிகவும் மதித்து, அவற்றை வழிபட்டனர். நடுகற்களைச் சுற்றி வேலை நட்டு அவற்றில் கேடயங்களைத் தொங்க விட்டார்கள். நடுகற்களை மயில் இறகுகளாலும் மலர்களாலும் அலங்கரித்து, அவற்றின் மீது கள்ளை ஊற்றி சிறப்பித்தினர். துடி அடித்து ஆடுகளை அவற்றிற்குப் பலியாகக் கொடுத்தனர்.

4. மூத்தோர் வழிபாடும் சிறு தெய்வங்களும்

இறப்பு குறித்த அறியாமையே முன்னோர் வழிபாட்டிற்குக் காரணமாக அமைகிறது என்று பலர் கருதுகிறார்கள். இறந்தோரின் ஆற்றல் வாழ்வோரின் நலனில் பெரும்பங்கு வகிக்கிறது என்ற கருத்தாக்கத்தால் ஏற்பட்டதே முன்னோர் வழிபாடாகும். இத்தகைய வழிபாட்டில் மூன்று வகையான நம்பிக்கை உள்ளது. ஒன்று, இறந்த மூதாதையர்களின் ஆற்றலும் அனுபவமும் வாழ்வோரைச் செழுமைப்படுத்தும் என்ற நம்பிக்கை. இரண்டு, இறந்தோரின் ஆசி என்றென்றும் வாழ்வோருக்குக் கிடைக்க வேண்டும் என்ற தேடல். மூன்றாவதாக, இறந்தோரின் விருப்பங்களையும் அவருக்குப் பிடித்தமானவற்றையும் நிறைவேற்றி அவரை வழிபடுதல் மூலம் தீய சக்திகளிலிருந்து முன்னோர்கள் துளியும் சினம் கொள்ளாமல் ஆதரிப்பார்கள் என்ற நம்பிக்கை.

தமிழ் நாட்டில் முன்னோர் வழிபாடு சங்க காலம் தொட்டு இன்றுவரை வழக்கிலுள்ளது. சங்க நூல்களும், பதினெண்கீழ் கணக்கு நூல்களும், தொல்காப்பியம், புறப்பொருள், வெண்பா மாலை ஆகிய இலக்கணங்களும் காப்பியங்களும் முன்னோர் வழிபாட்டின் அடிப்படையில் உருவான நடுகல் வழிபாடு குறித்து பேசுகின்றன. இத்தகைய தொன்மை வாய்ந்த கல்லானது இறந்தவர்களை அடக்கம் செய்த இடத்தில் மட்டும் நடப்படவில்லை. சாலை ஓரங்களிலும், ஆற்றங்கரையிலும் மரங்களின் அடியிலும் நடப்பட்டதாக சங்க இலக்கியங்கள் கூறுகிறது.

அவ்வாறே பல்வேறு சாதிமக்களும் தற்போதும் நடுகற்களை வழிபட்டு வருகின்றனர். இன்றைக்கு கிராமங்களில் வேடியப்பன், மொச வேடியப்பன், நெண்டி வேடியப்பன், கிருஷ்ணாரப்பன், சாணாரப்பன், கருப்பு ராயன் என்ற பெயர்களில் நடுகற்களை மக்கள் வழிபட்டு வருகின்றனர்.

இப்போதும் இறந்து போனவர்களுக்கு இறுதிச் சடங்கு செய்யும் இடத்தில் ஒரு செங்கல்லோ மூன்று செங்கற்களோ நட்டு வைத்து அதற்கு பொட்டுமிட்டு பூச்சூட்டிப் படைக்கும் பழக்கம் பல குடும்பங்களில் உள்ளது. இதைத்தான் இக்கால மக்கள், கருமாதி கல்லெடுப்பு என்கின்றனர். இம்முறையால், இறந்தவர்கள்

எல்லோரும் தெய்வமாக்கப்படுகிறார்கள் என்பதை நாம் அறிந்து கொள்ளலாம். **மூத்தோர் வழிபாட்டை சைவத்தால் முழுமையாக உறிஞ்ச முடியாத நிலையில் நாட்டார் தெய்வங்கள் குறித்த வெறுப்பை வெளிப்படையாகவே அவர்கள் உமிழ்ந்தார்கள்.**

இப்பொழுது தமிழ் நாட்டில் பல இடங்களில் காணப்படும் ஐயனார் கோயில்கள் இச்சிறு தெய்வவழி பாட்டை ஒட்டியெழுந்தவையே. பழைய நடுகல் வழி பாட்டுடன் தொடர்புடையதே இது

5. நடுகல்லும் ஐவகை நிலங்களும்

தமிழர்கள் தங்கள் வாழ்வியலை அகவாழ்வு, புறவாழ்வு என்று இரண்டாக வகைப் படுத்தினார்கள். அவர்கள் வாழ்ந்த நிலப்பரப்பை இயற்கை அமைப்பிற்கு ஏற்றவாறு குறிஞ்சி, முல்லை, மருத ம், நெய்தல், பாலை என ஐவகையாகப் பிரித்து அப்பகுதிகளின் சூழலை ஒட்டிய கடவுள்களையும் வழிபட்டனர். மலை சார்ந்த குறிஞ்சி நில மக்கள் செவ்வேள் எனப்படும் முருகனையும், காடு சார்ந்த முல்லைநில மக்கள் திருமாலையும், வயல் சார்ந்த மருதநில மக்கள் வேந்தனையும், கடல் சார்ந்த நெய்தல் நில மக்கள் கடலோன் என்ற தெய்வத்தையும் வழிபட்டனர்.

பாலைத் திணைப் பாடல்களில் மட்டுமே நடுகல் பற்றிய குறிப்புகள் அதிகம் காணக்கிடைக்கிறது. இந்தத் திணையில் உள்ள நிலம் வறண்டு போய் அங்குள்ள மரங்களும் செடிகளும் வாடிய நிலையில் இருக்கும். மிருகங்கள் குடிக்க நீர் இல்லாது தவிக்கும். பயணம் செய்பவர்களின் பொருட்களைக் கைப்பற்றி அவர்களைக் கொல்லும் கள்வர்கள் அங்கு உண்டு. தலைவன் பொருள் சேர்க்க பாலை நிலம் வழியாகச் செல்வான். தலைவனும் தலைவியும் உடன்போக்கில் இந்த நிலத்தைக் கடந்து செல்வார்கள். அங்கு இறந்தவர்களுக்காக நாட்டிய நடுகற்கள் அதிகம் இருக்கும்

6. நடுகல்லும் மத அரசியலும்

நடு கல் வழிபாட்டில் மனிதனையே தெய்வ நிலைக்கு உயர்த்தி வழிபட்டார்கள். பல்லவர் மற்றும் சோழரின் ஆட்சிக் காலத்தில் சைவ மதம் சற்றே தன்னை மாற்றி அன்றைய கால கட்டத்தை வேண்டுமளவு உள்வாங்கிக்கொண்டு பக்தி இயக்கத்தின் மூலம் தத்தமது ஆளுமையைத் தற்காத்துக்கொண்டது. குறிப்பாக சோழர்களின் ஆட்சிக் காலத்தில் கோயில் வழிபாட்டில்

தங்களை முழுவதுமாக ஈடுபடுத்தி அடித்தள மக்களின் நடு கல் வழிபாட்டை ஆகம நெறிக்குட்பட்டதாக கொண்டு வந்தார்கள். இத்தகைய முயற்சியின் வெளிப்பாடாகவே நடுகல் வழிபாட்டை ஒத்த பள்ளிப் படைக் கோயில்கள் உருவானது. மன்னர்கள், சமயத் துறவிகள் போன்றவர்களை அடக்கம் செய்யப்பட்ட இடத்தில் கருவறையுடன் கூடிய கோயில்கள் உருவாக அதுவே பின்னாளில் பள்ளிப்படைக் கோயில்கள் என்று பெயர் பெற்றது. சமாதி லிங்கம் என்ற பெயரில் இறந்தவர்களின் சமாதியின் மீது சிவலிங்கம் நிறுவியதும் நடுகல் சார்ந்த வெளிப்பாடேயாகும். பிற்கால சோழர்களின் ஆட்சியில் கொலைக்கு ஆளானவர்கள் புறக்கணிக்கப்பட்டு கொலை செய்தவர்களிடம் இருந்து பொருள் அல்லது நிலத்தை பெறும் முறை வழக்கில் வந்தது. அப்படிக் குற்றம் செய்தவனுக்கு விதிக்கப்பட்ட தண்டம் அரசுக்குச் செல்லாமல் கோயில்களுக்கே சென்றுள்ளது.

பாண்டியர் ஆட்சிக் கால நடுகற்கள் மிகக் குறைவாகவே கிட்டி உள்ளன. இது பாண்டிய நாட்டில் நடுகல் மரபு அந்த அளவிற்கு இல்லாததைக் காட்டுகின்றது. எனினும் பாண்டிய நாட்டில் தலைப்பலி நடுகற்கள் கூடுதலாக இருப்பது ஆராய்ச்சிக்குட்பட்டதே.

7. நடுகல்லும் மாற்று சிந்தனையும்

நடுகற்களுக்கு நாள்தோறும் தீப தூபம் காட்டிப் பூசை செய்து வழிபடும் காரியங்களைப் பெண்கள் செய்தனர் என்று சங்க இலக்கியங்கள் கூறுகின்றன. பெண்கள் ஆடவர்க்கு நடப்பட்ட கல்லை வணங்கினர் என்னும் இச்செய்தியானது, பெண் சமூகத்தின் தலைமையிடத்தில் இருந்து தூக்கியெறியப்பட்டு அடிமைப்படுகுழியில் தள்ளப்பட்டதையும் ஆணாதிக்கம் மேலோங்கிவிட்ட நிலையையும் தெளிவாக நமக்கு உணர்த்துகிறது. நடுகல்லை வழிபட்டால் போரில் கணவனுக்கும் அரசனுக்கும் வெற்றி கிட்டும் என்றும் பெண்களிடையே மூடநம்பிக்கைகள் பரப்பப்பட்டது. நடுகல்லை நாள் தோறும் வணங்கினால் விருந்தினர் வருவார்கள் என்று நம்பினார்கள்.

இத்தகைய நிகழ்வுகள் தனியுடைமைச் சிந்தனையையும் ஆணாதிக்கத்தையும் நிலை நிறுத்தியதால் சமூகத்தில் பெண்களும் அடித்தட்டு மக்களும் அடிமை நிலைக்குத் தள்ளப்பட்டு விட்டதைத் தெளிவாக நமக்கு உணர்த்துகின்றன.

பிற்காலத்திலே தாழ்ந்த சாதியினர் எனக் கருதப்படுவோர் வேள்வி நடத்தி மடை கொடுத்துச் சிறு தெய்வங்களை வழிபடுவது இன்றும் வழக்கத்தில் உள்ளது. ஐயனார், மதுரை வீரன், இருளன், கறுப்பன், நொண்டி முதலியன நடுகல் தெய்வங்களை ஒத்தனவாயுள்ளன.

பின்தங்கிய சமூகங்களில் வீழ்ந்துபட்டவர்கள் முகவரியற்று தெருவோரத்திலும், காட்டு வழியிலும் ஊர்ப்புறத்திலும் ஆங்காங்கே நடுகற்களாக நின்றனர். அவர்களே பிற்காலத்தில் கிராம தேவதைகளாக மாறினார்கள்.

கல்லை வணங்கி வழிபடுமாறு பயவுரைகளாலும் நயவுரைகளாலும் மக்கள் வற்புறுத்தப்பட்டனர் என்பதற்கு சங்க இலக்கியங்கள் சான்றளிக்கின்றன. இங்கு கடவுளாக்கிக் காட்டப்பட்டது கல் அல்ல, கல் ஒரு அடையாளம் மட்டுமே.. உயிருடன் இருந்தபோது ஆண்டையாக இருந்தவன் இறந்த பின்பு ஆண்டவனாக்கப்பட்டான். இறந்த பின்பும் ஆண்டைகளை நினைத்து வணங்கினால் நன்மைகள் உண்டாகும் என்று மக்களை நம்பச் செய்தது மறைமுகமான சூழ்ச்சியே ஆகும். நடுகல்லை மக்கள் தொடர்ந்து வணங்கி வழிபட வேண்டுமானால், அதற்கு ஒரு சிறப்புத்தன்மையைக் கற்பித்துக் கூற வேண்டும். மேன்மைப் படுத்திக் காட்ட வேண்டும். அவ்வாறு கற்பித்துக் காட்டும் முனைப்பில், அத்தகைய நடுகல் வரம் கொடுக்கும், வாழ்வு கொடுக்கும், நன்மை விளைவிக்கும் என்று மக்களை நம்பவைக்க முயற்சித்தார்கள்.

நடுகற்களைத் தவறாது வணங்கினால் மழை மிகுதியாகப்பெய்யும், வறட்சி நீங்கும், வளம் ஓங்கும் என்ற நம்பிக்கையும் மக்களிடையே பரப்பபட்டது. பெண்கள் மட்டுமல்லாது, சமுதாயத்தின் அடிமட்டத்தில், செல்வர்களான புரவலர்களை அண்டியிருந்து அவர்களின் தயவில் வாழ்ந்த இரவலர்களான பாணர்களும் கூட, வீரர்களின் நடுகற்களைக் கண்டு வணங்கிச் செல்லுமாறு வற்புறுத்தப்பட்ட நிகழ்வுகளையும் சங்க இலக்கியங்கள் நமக்குக் காட்டுகின்றன.

இந்தத் தொகுப்பில் இருக்கும் 13 சிறு கதைகளும் நடுகல்இலக்கியத்தை சார்ந்த புனைவுகளே.

உள்ளே...

1

நவகண்டம்

"என்னை முன் நில்லன்மின் தெவ்வீர் பலரென்னை
முன்னின்று கல்நின் றவர்

-திருக்குறள்

தமிழகப் போர்களில் முக்கியத்துவம் வாய்ந்தது வெண்ணிப்போர். காவேரியாற்றின் கரைகளை உயர்த்தி, கல்லணையை கட்டிய சோழ மன்னனின் வீரத்தை பறை சாற்றும் போர்தான் வெண்ணிப் போர். சோழ நாட்டினை பேர் தொடுத்து வென்றுவிடலாம் என்று ஒன்பது வேளிர் குறு நில மன்னர்களும் பாண்டிய மன்னனுக்கு முதலில் ஆசை வார்த்தை காட்டினார்கள். பாண்டியன் சற்றே தயங்க, சேர மன்னன் பெருஞ்சேரலாதன் துணைக்கு வந்தான். சேரன், பாண்டியன் மற்றும் ஒன்பது வேளிர் குறு நில மன்னர்களும் சோழ நாட்டைக் கைப்பற்ற படைகளோடு திரண்டு வந்தார்கள்.

இதை அறிந்த சோழ நாட்டு மறவர்கள் போர்ப் பறை அதிர திரண்டனர். அங்கிருந்த சான்றோர் ஒருவன் போர்க்குரிய பூவை பெற்றுச்செல்லுமாறு அனைவரிடமும் கூறுகின்றார். கரிகாலன் தன் யானைப்படைகளின் தந்தங்களில் கூரிய ஈட்டி முனைகளைப் பொருத்தி எதிரி படைகளுக்குள் ஊடுருவச் செய்கிறான். எண்ணற்ற வீரர்களைத் தூக்கி எறிந்தபடியே சோழனின் யானைப்படை விரைவாக முன்னேறுகிறது. இதைப் பார்க்க நீல வானத்தை கார்மேகங்கள் சூழ்ந்தது போல் யானைப்படைகள் காட்சியளித்ததாக புலவர் பெருமக்கள் பாடியிருக்கிறார்கள்.

சோழ மன்னன் கரிகால் சோழனிற்கும் சேரன், பாண்டியன் மற்றும் ஒன்பது வேளிர் குறு நில மன்னர்களுக்கும் இடையே நடந்த வெண்ணிப் போர் வாகைப் பெருந்தலை என்னுமிடத்தில்

ஒரு முடிவிற்கு வந்தது. கரிகால் சோழன் இறுதியில் தன்னை எதிர்த்து நின்ற ஒன்பது குறுநில மன்னர்களின் கூட்டணியை முறியடித்து வெற்றி வாகை சூடினான். போரில் திருமாள் வளவன் எய்த நெடு வேல் சேரனின் மார்பைத் துளைத்து ஊடுருவிச் சென்று முதுகின் புறத்தே புண் செய்தது. இப்படிப் புண் செய்வது புறமுதுகிட்டு ஓடுதலிற்கிணையான வீரக் குறைபாடு என்று கருதிய சேரன் அப்போதே வடக்கிருந்து உயிர் நீக்கப்போவதாக அறிவித்தான். தன் உடைவாளின் கூர் முனை கழுத்தை நோக்கி இருக்குமாறு நட்டு விட்டு அன்னம் தண்ணீர் தவிர்த்து உண்ணா நோன்பிருக்க ஆரம்பித்தான்.

போர்க்களம் அமைதியானது. சோழனின் வெற்றிமுரசு முழங்கவில்லை. பாணர் யாழிசை கூட்டிப் பாடவில்லை. வீரர்கள் வெற்றியைக் கொண்டாடிக் கள் பருகவில்லை. ஊரிலுள்ள மக்கள் சுற்றத்தாருடன் தேறல் அருந்தவில்லை. உழவர்கள் வயல்வெளியிலும் குரவை ஓசை எழுப்பவில்லை. சோழ மக்கள் தாங்கள் பெற்ற வெற்றித் திருவிழாவைக் கூட கொண்டாட மறுத்துவிட்டனர்.

போர் முடிந்து அரண்மனையை நோக்கி அணி வகுத்துச் செல்லும் போர் வீரர்களின் ஒரு பிரிவை தலைமைதாங்கி வழி நடத்திய அரவான் பாதை இரு மருங்கிலும் நின்று கொண்டிருந்த மக்களிடம் மௌனமாக தன்னிடம் இருக்கும் வேலினை உயரே உயர்த்திக் காட்டிக்கொண்டே நடந்தான். அவன் அணிந்திருந்த இடுப்புக் கச்சையின் திடமான மடிப்புகளில் இருக்கும் குஞ்சங்கள் அவன் நடையின் அதிர்வைத் தாங்கமுடியாமல் தடுமாறியது. அவனுக்கு முன்னே சென்ற சோழனின் வெற்றிக்குக் காரணமான யானைப் படைகள், பிளிர மறந்து மௌனமாக அணி வகுத்தது. அரவான் தன் இளம் மனைவியை விரைவில் பார்க்கப் போகிறோமென்று ஒரு புறம் மகிழ்ந்தாலும் மறுபுறம் போர்க் களத்தில் தான் மட்டும் எடுத்த முடிவை அவள் எப்படி ஏற்றுக்கொள்ளப் போகிறாளோ என்று உள்ளூர மருகினான்..

கரிகாலன் போர் புரிவதை மிக அருகில் இருந்து பார்த்தவர்களுள் அரவானும் ஒருவன். மின்னலென விண்ணில் இறங்கிய மன்னரின் வாள்வீச்சையும், இடியென தகர்ந்து

தரையைப் பிளந்த கேடயத்தின் தொடர் இரைச்சலையும் கேட்டு அப்படியே தன்னை மறந்து உறைந்து நின்றான். இதை எப்படியோ ஓரக்கண்ணால் கவனித்த சோழன் அரவானை சுய நினைவிற்குக் கொண்டு வர குரல் எழுப்பினான். என்ன ஒரு கம்பீரமான குரல் என்று வியந்த அரவான் சுய நினைவிற்கு வந்து மிகுந்த உற்சாகத்துடன் தொடர்ந்து போரிட்டான்.

போர்க்களத்தில் புண்பட்ட மறவர்களை சோழன் நள்ளிரவானாலும் கண்துயிலாது குளிர், பனி என்று பாராமல் ஆறுதல் படுத்துவதை கடமையாகக் கொண்டிருந்தான். அப்படியான ஒரு இரவில்தான் அரவானையும் சோழன் சந்தித்தான். அவன் தோள்களை தட்டிப் பாராட்டியவன் "போர், களத்தில் நடக்கவேண்டும். கனவில் அல்ல வீரா!" என்று கூறி அந்த இடமே அதிரும் வண்ணம் சப்தமாகச் சிரித்தான். அரவான் ஒன்றும் கூறாமல் "மன்னருக்கே வெற்றி. மன்னருக்கே வெற்றி" என்று வெறி கொண்டவன் போல கையை உயர்த்தி மற்ற மறவர்களையும் ஒருமித்து குரல் எழுப்பச் செய்தான். போரில் பெரும்புண்பட்டு வீழ்ந்த மறவர்களுக்கு மருத்துவம் செய்யும் போது அவர்களின் வேதனையை மறக்க விறலியர் ஆடிப்பாடுவது வழக்கம். புண்பட்ட ஒவ்வொரு வீரரையும் சந்தித்து ஆறுதல் கூறிய சோழன் தன்னைப் பின் தொடர்ந்து வந்த அரவானை திரும்பிப் பார்த்து மெலிதாகப் புன்னகைத்தான். அந்த ஒரு நொடியில் அரவானின் மனதில் பெரும் வெளிச்சமெனத் தோன்றிய தீர்மானத்தை சோழன் துளியும் அறியாதவனாயிருந்தான் அப்போது.

அரவான் வருவதை கதவிடுக்கின் வழியாகப் பார்த்த முல்லை வேகமாக சாலைக்கு ஓடி வந்தாள். அவனை வரவேற்க சுற்றங்கள் இரவில் இருந்தே காத்துக்கொண்டிருந்தார்கள். மதர்த்து திமிறிய தோள்கள். அகன்ற விழி. தெறித்துச் சிவந்த கூறிய நாசி. சிறிய புன் முறுவலுடன் மீசையை முறுக்கிக்கொண்டே அரவான் முல்லையைத் தொடர்ந்து ஓரக் கண்ணால் யாரும் அறியாவண்ணம் உற்று பார்த்துக்கொண்டேயிருந்தான். முதலில் நாணித் தலை குனிந்தவள் வாசல் திண்ணையில் வைத்திருந்த நிறை கும்பத்தை எடுத்து அவனை வரவேற்றாள். தன்னைக் காண வந்திருந்த ஊர்ப்பெரியவர்கள் அனைவரையும் வணங்கி நன்றி தெரிவித்தான் அரவான். பிறகு வீட்டினுள்

நுழைந்தான். தன் தலையில் அணிந்திருந்த மகரந்தங்கள் உதிர்ந்த வாகை மலரை எடுத்து முல்லையின் நெற்றி, விழிகள், நாசி, இதழ்கள், சங்குக்கழுத்து வழியாக அப்படியே தீண்டிக் கொண்டு வர தன்னிலை மறந்த முல்லை அவனை வெட்கத்துடன் நெஞ்சோடு நெஞ்சாக இறுக அணைத்துக்கொண்டாள்.

இரவு முல்லையிடம் போர்க்களத்தில் தான் நேரில் கண்ட சோழனின் வீரத்தைப் பற்றி பேசிக்கொண்டே இருந்தான் அரவான். “முல்லை நம் மன்னரின் வெற்றிக்காக நீ என்ன கொடுப்பாய்?” இந்தக் கேள்வியின் ஆழத்தை அந்த அளவிற்குப் புரிந்துகொள்ள முடியாத முல்லை அவனையே மிரண்டபடி பார்த்தாள். மறுபடியும் அதே கேள்வியை வேறு விதமாகக் கேட்டான். “முல்லை, நம் மன்னரின் வெற்றிக்காக நீ என்னை கொடுப்பாயா?” கேள்வியை தனக்குள் ஒரு முறை கேட்டுக்கொண்டவள் “நம் மன்னரின் வெற்றிக்கு உங்களை நான் ஏற்கனவே கொடுத்துவிட்டேனே, பிறகென்ன?” என்று அப்பாவியாக முகத்தை வைத்துக்கொண்டு பதில் கூறினாள். முல்லையை மேலும் தெளிவுபடுத்த தயக்கத்துடன் வார்த்தைகளைத் தேர்ந்தெடுத்து மெதுவாகப் பேசினான் அரவான். “முல்லை நான் கூறுவதை மிகவும் கவனமாகக் கேள். எந்த சந்தர்ப்பத்திலும் உணர்ச்சிவயப்படமாட்டேன் என்று நீ வாக்களித்தால் மட்டுமே நான் இதைக் கூறுவேன்” என்றான். அரவானின் கைகளை இறுகப் பற்றி தன் சம்மதத்தை தெரிவித்தாள் முல்லை. “தனி ஒரு நாடாக நின்று பாண்டியரையும், சேரனையும், ஒன்பது வேளிர் தலைவர்களையும் போரில் முறியடித்து வெற்றி பெற்ற நம் மன்னருக்கு நாம் ஏதாவது பரிசு அளிக்கவேண்டாமா? நான் ஒரு வேளை கவிஞனாயிருந்தால் மன்னரின் போர்த் திறமையை வர்ணித்து ஒரு நெடிய போர்ப்பரணியே பாடியிருப்பேன். மன்னர் வெற்றி பெற போர்க்களத்திலேயே நான் ஒரு தீர்மானம் செய்துகொண்டேன் முல்லை” என்றான். சிறிது நேர இடைவேளிக்குப் பிறகு அரவான் தொடர்ந்தான். “அரசரின் வெற்றிக்கு கொற்றவையிடம் வேண்டி நவகண்டம் ஏற்க தீர்மானித்துவிட்டேன்”, இதைக் கேட்டு அதிர்ந்த முல்லை அவன் மேல் மூர்ச்சையுற்றுச் சரிய, அவளை அப்படியே அள்ளிப் படுக்கையில் கிடத்தினான்.

நவகண்டம் என்பது தனது நாட்டு அரசன் போரில் வெற்றி பெற்றால் தான் தன் உயிரையே பலியிடுவதாக வேண்டிக்கொள்வார்கள். அவ்வாறு அரசன் வெற்றி பெற்றவுடன் வேண்டுதலை நிறைவேற்ற உடம்பில் கை, கால் என 9 இடங்களில் வெட்டிக்கொண்டு, முடிவில் கழுத்தில் கத்தியால் வெட்டி தங்களது உயிரை பலி கொடுப்பார்கள்.

மீண்டும் அவள் கண் விழிக்க அவளின் நெற்றியில் ஆழ்ந்த முத்தத்தைப் பதித்தான். படுக்கையின் தலைமாட்டில் இருந்து நறுமணப் புகை அறை முழுவதும் வெண் மேகம் போல் பரவ அரவாணின் மார்பு ஒரு முறை விம்மி அடங்கியது. சிவந்த கண்களுடன் காலையில் எழுந்தவள் கலைந்த உடைகளை நேர் செய்து கூந்தல் கோதி அறையிலிருந்து வேளியேறினாள்.

அடுத்த நாள் ஊர்ப் பெரியவர்கள் அரவானைக் காண வந்திருந்தார்கள். அனைவரிடமும் அரவான் தன் முடிவை பணிவுடன் தெரிவித்தான். அன்றிலிருந்து தினம் ஒரு குடும்பமென அரவானுக்கு மிகவும் பிடித்த உணவினை சமைத்துக் கொண்டு வந்தார்கள். விழாவிற்காகக் கொற்றவையின் கோயிலை மீள் புணரமைத்தார்கள். நீண்ட சடைமுடியுடன், புலித்தோல் ஆடையுடன், புலிப்பல் தாலியுடன், முறுக்கிய கொம்புகளையுடைய கலைமான் மேல் அமர்ந்து கையில் வில்லுடன் அனைவருக்கும் அருள் பாலித்துக்கொண்டிருந்தாள் கொற்றவை. விழாவின் தொடக்கத்தில் வண்ணக் குழம்பு, சுண்ணப்பொடி, மணமுள்ள சந்தனம், எள்ளுருண்டை, இறைச்சியுடன் கூடிய சோறு, நறுமணப் புகை தூபம் தாங்கி பெண்கள் ஊர்வலத்தில் வர, உடன் வருபவர்கள் பறையடித்து மக்களை உற்சாகப்படுத்திக் கொண்டே வந்தார்கள். சோழ நாட்டில் அரவான் தன்னை நவகண்டம் ஏற்க தயாராயிருந்த அதே சமயம் சேர நாட்டில் வடக்கிருந்து உயிர் துறக்கும் வரை உண்ணா நோன்பு ஏற்ற மன்னனைக் காண கண்ணீருடன் தொடர்ந்து மக்கள் திரண்டு வந்துகொண்டிருந்தார்கள். அரண்மனை வைத்தியரிடம் தலைமைச் சேனாதிபதி "மன்னரின் தற்போதைய நிலை எப்படியுள்ளது" என்று கேட்க "மன்னர் தன் சுய நினைவை வேகமாக இழக்க ஆரம்பித்துவிட்டார்" என்று உதிரம் படிந்த மன்னரின் கழுத்தை காண்பித்தார். மூர்ச்சையுற்ற மன்னனின் தலை

சற்றே சரிந்து நிலை தடுமாற தரையில் நட்டிருந்த வாளின் நுனி மன்னரின் கழுத்தை அறுத்து ரணமாக்கியது.

பக்தியுடன் அரவானை அழைத்து கொற்றவைக் கோயிலிற்கு அழைத்து வந்தார்கள். இடையில் உடைவாளும், மார்பில் கவசமும் தரித்து போர்வீரன் போல் போர்க்கோலம் பூண்டு இருந்தான் அரவான். கோயிலின் முன்புறம் இருக்கும் திடலில் அவனை அமர வைத்தார்கள். திருமஞ்சனமாடுவித்து, திரு நீற்றுக் காப்புமிட்டு, புது ஆடையுடுத்தி, ஆபரணங்கள் பூட்டி அலங்கரித்து, பரிமள கஸ்தூரிகள் பூசி, வீர சந்தனம் இடுவித்து, பாக்கு வெற்றிலையை அவன் கையில் கொடுத்தார்கள். வாசனைத் திரவியங்கள் கலந்த நீரினால் முல்லை அவன் பாதங்களைக் கழுவினாள். கை நிறைய சந்தனம் எடுத்து அவன் பாதத்தில் பூசி, நெற்றியில் திலகம் இட்டாள். எதற்கும் கலங்காமல் வாளுடன் அமர்ந்திருந்த அரவானை கடைசியாகப் பார்த்தாள் முல்லை. கொற்றவையைப் பார்த்தபடி முழங்காலிட்டு நின்ற அரவான் தன் கற்றைத் தலைமுடியை இடது கையால் இறுகப்பிடித்து மேலே உயர்த்தி வலது கையில் இருக்கும் வாளினால் கழுத்தை அறுத்துக்கொண்டான். வீரக் கொம்பு, வீர மல்லாரி, வலம்புரி சங்கின் ஒலியுடன் பறை ஒலியும் பெண்களின் குரவை ஒலியும் சேர அரவான் பூவுலகம் சென்றான். மக்கள் அனைவரும் அரவானை மனதார வாழ்த்தி வழி அனுப்பினார்கள். சிரசற்ற உடல் தரையில் சரிய அதை அப்படியே முல்லை வாரிச் சேற்று அணைத்துக்கொண்டாள்.

பாலில் ஊரவைத்திருந்த வீரக்கல்லில் அரவானின் உருவத்தை பொறித்து அவன் இறந்த இடமான கொற்றவைக் கோயிலின் முன் இருக்கும் திடலில் நட்டு, மாலை சூட்டி, பூச்சொரிந்து, சந்தனம் குங்குமம் சாற்றி, வீரக்கல்லைச் சுற்றி மயிற்பீலியால் அலங்கரித்து வந்திருந்த அனைவரும் காப்பு நூல் கட்டிக்கொண்டார்கள். துடி என்னும் பறையை முழக்கி, நெல்லிலிருந்து தயாரித்த தோப்பி என்னும் கள் வைத்து , செம்மறியாட்டைப் பலிகொடுத்து படையல் போட்டார்கள். வீரக்கல்லைச் சுற்றி வில், வேல் , வாளால் வேலி அமைத்தார்கள். அந்த இடத்திலேயே முல்லை தன் அணிகலன்களையும் கூந்தலையும் களைந்து வழித்த தலையுடன் கைம்மை நோன்பு ஏற்றாள்.

ஒரு இளைஞன் மன்னனைப் பார்க்க நீண்ட நேரம் காத்திருப்பதாக தலைமைக்காவலாளி பணிவுடன் மன்னரிடம் கூற, அவனைப் பார்க்க கரிகாலன் அனுமதி கொடுத்தான். "மன்னருக்கே வெற்றி, மன்னருக்கே வெற்றி" என்று உரத்துக் குரலெழுப்பிக் கொண்டே அந்த வீரன் மன்னரை நோக்கி வந்தான். தான் போரில் வெற்றி பெற நவகண்டம் ஏற்று உயிர் துறந்த அரவானின் குரல்தான் அது என்று அறிந்த மன்னன் அந்த இளைஞனை ஆவலுடன் நெருங்க, அறை முழுவதும் பரவிய நறுமணப் புகையின் மெல்லிய காலை பனியொத்த மூட்டத்தில் கரிகாலனின் பார்வையிலிருந்து அரவான் மெல்ல மெல்ல மறைந்து கொண்டே போனான்.

௨

சும்பன் நிசும்பனின் கதை

கண்ணிற்கெட்டிய தூரம் வரை அச்சுறுத்தும் நெடிய பாலை. அங்குள்ள மரங்களும் செடிகளும் வாடிய நிலையில் இருக்கும். மிருகங்கள் குடிக்க நீர் இல்லாது தவிக்கும். தலைவன் பொருள் சேர்க்க பாலை நிலம் வழியாகச் செல்ல உடன் தலைவியும் இந்த நிலத்தைக் கடந்து செல்வாள். அப்போது அங்கு இறந்தவர்களுக்காக நட்ட நடுகற்களை வணங்கிக்கொண்டே போவர்கள். ஒரு சில நடுகற்களில் பூஜை முடிந்த தடயமாக சிதறிய இறைச்சித் துண்டங்களின் கவிச்சையும், சிந்திய கள்ளின் மணமும் ஒன்றெனக் காற்றில் கலந்து வீசும். படைக்கப்பட்ட பண்டங்களை வீரனின் ஆவி ஏற்றுக்கொள்வதாகவும், அதனால், வெற்றியும், விரும்பியது கிட்டும் என்று மக்கள் நம்பினார்கள் நடுக்கற்களைச் சுற்றி அரண் போல் நட்டு வைத்திருக்கும் கூரிய வேல்களின் வழியாக ஊடுருவிச் செல்லும் பாலைக் காற்று இரைச்சலோடு வெளியேற அந்தப் பேரொலி அச்சுறுத்தும் பெயர் தெரியா மிருகங்களின் ஊளையை ஒத்திருக்கும். நடுகற்களைத் தவறாது வணங்கினால் மழை மிகுதியாகப் பெய்யும். மழை பெய்தால் வறட்சி நீங்கிக் குளிரும்; மரம் செடிகள் தளிர்த்துப் பூக்கும்; அதனால் வறட்சிமிக்க இக்கொடிய பாலை வழியில் வண்டுகள் மிகுதியும் மொய்க்கும்; வளம் பெருகும் என்ற நம்பிக்கையும் மக்களிடையே இருந்தது.

சூரியக் கதிர்களின் வெபபத்தால் ஏற்பட்ட நிலப் பிளவுகளில் முருங்கை மரங்களின் வெள்ளை மலர்கள் கொட்டிக் கிடக்கும். ஆளில்லாத நீண்ட வறண்ட பாலையின் பாதையில் கூர்மையான பற்களையுடைய ஆண் செந்நாய் வருத்தத்துடனும் பசியுடனும் தன் துணையுடன் நடுக்கல்லின் நிழலில் இளைப்பாறும். அங்கு கள்ளிச் செடியும் வாகை மரங்களும் இருக்கும் . கள்ளிச் செடிப் புதர்களிலிருந்து அதன் ஊளையைக் கேட்ட முதியவர்கள்

மற்றவர்களை செய்கையால் அமைதிகாக்க எச்சரிப்பார்கள். உட்புறம் வாடிய வளைந்த மூக்கையுடைய நொள்ளை நத்தை வாகை மரத்தின் சொர சொரப்பான அடியில் பொதிந்து இருக்கும்.

அனைவரும் சிறு சிறு குழுக்களாக தங்களின் பயணத்தை முதலில் தொடங்குவார்கள். ஒரு சிலர் குழுக்களில் இருந்து பிரிந்து களைப்பு மிகுதியால் சாலையோரத்தில் இருக்கும் வாகை மர நிழலில் சிறிது நேரம் ஓய்வெடுப்பார்கள். அப்போது அவர்களுடன் வந்தவர்கள் முன்னேறி தொலை தூரத்திற்கு போய் விட, பயத்தை வெளிக்காட்டாமலிருக்க உரத்த குரலில் பாடிக்கொண்டு பயணத்தைத் தொடர்வார்கள்.

பயணம் செய்பவர்களின் பொருட்களைக் கைப்பற்றி அவர்களைக் கொல்லும் கள்வர்கள் அங்கு ஏராளம். யாத்திரிகர்களுடன் பயணிக்கும் அவர்கள் தங்களை யாரும் அடையாளம் காணாதிருக்கும் பொருட்டு வெகு இயல்பாக பேசிக்கொண்டும், பாடிக்கொண்டும் வருவார்கள்.

அந்தப் பாதையில் அடிக்கடி இரண்டு கள்வர்கள் பதிவாக வருவார்கள். அதில் ஒருவனின் பெயர் "சும்பன்". அவனுடைய மெலிந்த உடல்வாகும், பருத்த தலையும், அவன் உருவத்திற்கு துளியும் ஒத்துப்போகாத கூரிய நாசியும் ஒன்றிற்கு இரண்டு முறை எவரையும் திரும்பிப்பார்க்க வைக்கும். நுனி பிளந்த அடர்த்தி இல்லாத மீசைகாற்றிற்கு கலையும் ஒவ்வொரு முறையும் உதட்டின் ஓரத்தைக் குவித்து மேல் நோக்கி வேகமாக ஊதுவான்.

இவனைப்பார்க்கிலும் வயதில் குறைந்தவனாகத் தோற்றமளிப்பவனின் பெயர் "நிசும்பன்". முன்னவனைப் பார்க்கிலும் பத்து வயது இளையவன். பளபளக்கும் திரண்ட தோள்களை உடையவன். அடர்த்தியான எண்ணை தடவிய புருவம். ஒரு நொடியில் எவரையும் சுண்டி இழுக்கும் வசீகரமான கண்கள். அடிக்கொரு தடவை நிலத்தை உழுவதைப் போல் விரல்களால் தலைமுடியைக் கோதி பின் வாக்கில் இழுத்து படிய வைப்பான்.

அன்று நிசும்பன் கைகளில் அணிந்திருந்த கருப்புக் கயிற்றில் காட்டு மலர்களை சொருகியிருந்தான். சிறிய ஊதாப்பூக்களுடன் பாறையின் மேல் படந்திருக்கும் காட்டுக் கொடியினை

வட்டமாகப் பின்னி கிரீடம் போல தலையில் அணிந்திருந்தான். ஒருபுறம் தன் நண்பனுடன் அவன் பேசிக்கொண்டே நடந்துக்கொண்டிருந்தாலும், அவனுடைய பார்வை ஒரிடத்தில் நிலைத்து நிற்காமல் பசியுடன் இறை தேடும் மீன்களைப் போல அங்கும் இங்குமாக அலைபாய்ந்து கொண்டிருந்தது.

ஏரிக்காத்தான் கோயிலை அவர்கள் நெருங்கும் போது இருள் கவிழத் தொடங்கி இருந்தது. கோயிலின் எதிரில் நட்டு வைத்திருந்த நடுகல்லின் அருகில் தான் அணிந்திருந்த கிரீடத்தை எடுத்து வைத்தான் நிசும்பன். தியான நிலையில் இருக்கும் ஒருவனின் உருவத்தை அந்தக் கல்லில் செதுக்கியிருந்தார்கள். நடுகல்லின் மீது நெய்யின் மணம் வீசியது. சாற்றிய மலர்களில் ஒன்றிரண்டு உதிர்ந்து நடுகல்லின் பதுகையின் மேல் இருந்தது. கல்லில் பொறித்திருந்த எழுத்துக்களை விரல்களால் வாஞ்சையுடன் தடவிக்கொண்டே

“அண்ணே, நாம செத்த பிறகு நமக்கு இப்படி யாராவது ஒரு நடுகல் வைப்பாங்களா?” என்று கேட்டான்

இதைக் கேட்ட சும்பன் விழுந்து விழுந்து சிரித்தான். “எதுக்குடா சாமி? நீ எத்தனை பேரை வழி மறிச்சு கொள்ளை அடிச்சேன்னு இந்த உலகம் தெரிஞ்சுக்கனும்னா? போடா போ, முதல்லே வந்த வேலையை பாரு” என்று வேட்டியிலிருந்து மடித்து வைத்திருந்த காய்ந்த வெற்றிலையை மடித்து வாயில் போட்டு சுவைத்து முதலில் வரும் அடர்த்தியான எச்சிலை காரி உமிழ்ந்து வாயின் ஓரத்தை கையால் அழுத்தித் துடைத்துக்கொண்டான்.

“இல்லைண்ணே, மத்தவங்க மாதிரி நாம சாகக்கூடாது. வீரனாய் சாகாவிட்டாலும் கண்டிப்பா ஒரு திருடனா சாகவே கூடாது !”

நிசும்பனையே உற்றுப்பார்த்த சும்பன் “கல்யாணம் கார்த்தி எல்லாம் உனக்கு இனிமேதான் நடக்க வேண்டியிருக்கு. இதெல்லம் அப்பறம் பேசிக்கலாம். எனக்கு ரொம்ப பசிக்குது தம்பி. அதுக்கு ஏதாவது வழி இருக்கான்னு முதல்லே பாப்போம்” என்று கூறிக்கொண்டே கிராமத்தை நோக்கி நடந்தான்.

அனைத்து தெருக்களும் வெறிச்சோடிக்கிடந்தது. ஆளில்லா கல் மண்டபத்தின் படிக்கட்டுகளில் வரைந்திருந்த ஆடு புலி ஆட்டத்தின் முக்கோணக் கோடுகளில் சோழிகள்

சிதறியிருந்தது. நிசும்பன் மண்டபத்தின் மேல் ஏறி நின்று பார்த்தான். கிழக்கு பக்கம் சிறிய கோயில் கோபுரம் தெரிந்தது. மற்றபடி சிறிய கிராமம்தான். மண்டபத்தில் இரவு தங்கிவிட்டு காலையில் சென்று விடலாம் என்று இருவரும் தீர்மானித்திருந்தார்கள். பசி அவர்களிருவரையும் முழுவதுமாகத் தின்று தீர்த்துக்கொண்டிருந்தது. அரை மயக்கத்தில் இருந்த சும்பனுக்கு கண்கள் இருட்டிக்கொண்டு வந்தது. இருவரும் தூக்கம் வராமல் கால் போன போக்கில் நடந்து ஒரு வீட்டின் திண்ணையில் வந்தமர்ந்தார்கள்.

"அம்மா, வீட்டிலே யாராவது இருக்கீங்களா?" நிசும்பனின் கம்பீரமான குரலைக் கேட்ட ஒரு முதியவள் கதவைத் திறந்து வெளியே வந்து பார்த்தாள். எதுவும் கூறாமல் உள்ளே சென்றாள். திரும்ப வரும்போது சிறிய மண் தட்டில் நான்கு சோளக்களி உருண்டைகளுடன் நெல்லி ஊறுகாயும் கொண்டு வந்தாள். அவர்களிருவரும் சாப்பிட்டு முடிக்கும் வரை திண்ணையிலேயே பொறுமையாகக் காத்திருந்த அந்த முதியவள் "நாளைக்கு ஏரிக்காத்தான் கோயில்லே கொடியேத்தம், தெரியுமில்லை. அப்புறம் ஊரை விட்டு பத்து நாளைக்கு யாரும் வெளியே போகக் கூடாது. திருவிழா முடியறவரைக்கும் ரெண்டுபேரும் இங்கேயே படுத்தக்கலாம். எங்களுக்கும் ஒரு பாதுகாப்பா இருக்கும்." என்று கூறினாள். முதியவளின் கழுத்தில் அணிந்திருந்த கட்டை விரல் அளவு தடிமனான தங்கக் கொடி சும்பனின் கண்களில் பட, நண்பனைப்பார்த்து ரகசியமாகக் கண்ணடித்துச் சிரித்தான். முகத்தைச் சுளித்த நிசும்பன் கண்களால் சும்பனை கண்டித்தான். முதியவளிடம் தொடர்ந்து பேச்சுக் கொடுத்தான்.

"ஊருக்குள்ளே ஏதாவது பிரச்சினையா பாட்டி?" நிசும்பனின் கேள்விக்கு முதியவள் உடனே பதில் கூறாமல் மீண்டும் வீட்டினிற்குள் நுழைந்தவள் மண் கலயங்களில் இரண்டு பேருக்கும் நீர் மோர் கொண்டு வந்து கொடுத்தாள்.

"ஆமாய்யா, பெரிய பிரச்சினைதான். நாளைக்கு ஏரிக்காத்தான் கோயில்லே கொடியேத்தம். கொடியேத்தற அன்னைக்கு மழைக்காக தனி பூஜைக்கு ஒரு ஆளை தேடிக்கண்டு பிடிச்சாகனும்னு சொல்லிக்கிறாங்க. இது வரைக்கும் ஊரிலே யாரும் பூஜைக்கு முன்னே வந்து நிக்கலை"

"எந்த ஆளு பாட்டி?" நிசும்பனின் கேள்விக்கு நீண்ட பதிலளித்தாள் முதியவள்.

"ஐஞ்சு வருஷமா கிராமத்திலே துளிகூட மழை இல்லை. கொஞ்ச விவசாய நிலமும் காஞ்சு வரண்டு போச்சு. திருட்டு பயம் வேறே, அதிகமாயிடுச்சு. விடிஞ்சா கொலை, கொள்ளைன்னு நடக்க கொஞ்ச பேரு ஊரைக் காலி பன்னிட்டு போயிட்டாங்க. இந்தப் பிரச்சினைக்கு எங்க ஊர் சாமியாடி ஒரு தீர்வு சொன்னாரு. யாராவது ஒரு ஆளு கொடியேத்தம் அன்னைக்கு மனமுவந்து ஏரிக்காத்தானை வேண்டி கழுத்துலே செம்பங்கி மாலை அணிந்து குளத்துக்கு நடுவே இருக்கும் மண்டபத்திலே அன்னம் தண்ணி எதுவும் இல்லாம மழை வரும் வரை தனியா பூஜையில் இருக்கனும். அப்படி பூஜை செஞ்சா நிச்சயம் மழை வருமாம். எனக்கு இப்போ எழுவது வயசாகுது. எனக்கு விவரம் தெரிஞ்ச வயசிலே எங்கம்மா இது மாதிரி பூஜை ஊரிலே நடந்ததா சொல்லக் கேட்டிருக்கேன்".

"அப்படியும் மழை வரலைன்னா என்ன பாட்டி செய்வாங்க? அப்போ மழை வேண்டி பூஜையிலே இருக்கிறவரோட நிலமை?" இடைமறித்துக் கேட்டான் சும்பன்.

"மழைக்காக காப்பு கட்டி பூஜை செஞ்சவன் அப்பாலே சாமியாயிடுவான். அடுத்து மழைவரும் நாள் வரை காத்திருந்து அவனைப் பொதைச்ச இடத்திலே நடுகல் சாத்தி சாமியாக்கிடுவாங்க. அவன் குடும்ப செலவு முழுசையும் ஊரே ஏத்துக்கிட்டு வேண்டிய படியும் அளப்பாங்க". உடனே நிசும்பனிற்கு ஏரிக்காத்தான் கோயிலிற்கு அருகில் தான் பார்த்து வியந்த நடுக்கல் நினைவிற்கு வந்தது.

"சரி பாட்டி, அப்போ நாங்க கிளம்பறோம். இன்னைக்கு ராத்திரியே நாங்க ஊருக்கு போயாகனும்" என்ற சும்பன் தன் நண்பனை இழுத்துக்கொண்டு வீட்டை விட்டு வேகமாக வெளியேறினான்.

விடியும் வரை அந்தக் கிராமத்தில் யாரும் தூங்கவேயில்லை. அடுத்த நாள் காலை சூரிய உதயத்திற்கு முன்பே கொடியேற்றத்திற்கான பூஜை முடிந்து கோயிலிற்கு வந்திருந்த அனைவரும் காப்பு கட்டிக்கொண்டார்கள். குளக்கரை பூஜைக்காக

யாரைத் தேர்ந்தெடுப்பது என்ற குழப்பத்தில் கோயில் பூசாரி மற்றும் ஊர்ப்பெரியவர்கள் இதற்கு மாற்று வழி ஏதாவது இருக்கிறதா என்று பேசிக்கொண்டே குளத்தை நோக்கி நடந்து வந்தார்கள்.

பெண்கள் அனைவரும் ஒன்று கூடி குளத்தின் நடுவில் இருக்கும் மண்டபத்தை கழுவி, நான்கு தூண்களிலும் மாவிலை கட்டி, சந்தனம் குங்குமம் வைத்து நடுவில் அமைந்திருக்கும் பீடத்தில் பன்னீர் விட்டுத் துடைத்து பூக்களால் அலங்கரித்து வைத்திருந்தார்கள். அந்தப் பீடத்தின் மேல் செம்பங்கி மாலையை வைத்து வணங்கிவிட்டு வந்தார்கள்.

குளத்தைச் சுற்றிலும் கிராம மக்கள் ஆவலுடன் கூடியிருந்தார்கள். அப்போது யாரும் துளியும் எதிர்பாரா வண்ணம் கூட்டத்தில் இருந்து ஒருவன் வெறி கொண்டவனைப் போல மண்டபத்தை நோக்கி ஓடினான். மற்றொருவன் கத்திக் கொண்டே அந்த ஒருவனை நோக்கி ஓடி வந்து பிடிப்பதற்குள், அந்த ஒருவன் மண்டபத்தில் வைத்திருந்த செம்பங்கி மாலையை எடுத்து கழுத்தில் அணிந்து பீடத்தை மூன்று முறை சுற்றி வந்து பயபக்தியுடன் அமர்ந்து கொண்டு கண்களை மூடினான். குழுமியிருந்த மக்கள் அனைவரும் ஏரிக்காத்தான் கோயிலை நோக்கி இரண்டு கைகளையும் உயர்த்தி குரலெழுப்பி பயபக்தியுடன் வணங்கினார்கள்.

“அண்ணே இப்படிப் பன்னிட்டீங்களே! வீட்டிலே நான் என்ன பதில் சொல்லுவன்” என்று புலம்பிக்கொண்டே நிசும்பன் மழைக்காக வேண்டி அந்த குளத்தையே தினமும் சுற்றி வந்தான். யார் அழைத்தும் அந்த இடத்தைவிட்டுப் போகாமல் ஒரு பைத்தியக்காரனைப் போல அடிக்கடி வானத்தைப் பார்த்து வேண்டிக்கொள்வதும், அடுத்து மண்டபத்தில் அமர்ந்திருக்கும் சும்பனை கவனிப்பதுமாகவே இருந்தான். கிராமத்தில் உள்ளவர்கள் எவ்வளவு வற்புறுத்தியும் எதுவும் உண்ணாமல் பட்டினியாகவே இருந்தான்.

கொடியேற்றம் முடிந்து இருபத்தி இரண்டாம் நாளின் விடியல் முதல் மழைத்துளியைக் கொண்டு வந்தது. மழையில் நனைந்து கொண்டே ஊர் மக்கள் குளத்தில் இருக்கும் மண்டபத்திற்கு விரைந்து வந்தார்க்ள். சுயநினைவில்லாமல் தூணில் சாய்ந்து இருந்த சும்பனை கைத்தாங்கலாக தூக்கி வந்தார்கள். அவனை

சோதித்துப்பார்த்த ஊர் வைத்தியர் "அஞ்சுவதற்கு ஒன்றுமில்லை. கொஞ்ச நேரத்தில் சரியாகிவிடுவான்" என்று வாக்களித்த பிறகே அனைவரும் அங்கிருந்து கலைந்து போனார்கள். மெதுவாக சுய நினைவிற்கு வந்தவன் முதலில் "நிசும்பன், நிசும்பன்" என்று பிதற்றுவதைக் கேட்ட வைத்தியர் அவனைப்பற்றி பலரிடம் விசாரித்தார். இருவருக்கும் உணவு இடம் கொடுத்த அந்த முதியவள் முழு விபரங்களையும் வைத்தியரிடம் கூறினாள். மக்கள் திரண்டு நிசும்பனை தேட ஆரம்பித்தார்கள். ஏரிக்காரையின் கிழக்குப் பகுதியில் நிசும்பன் இறந்து கிடந்தான். அவன் கண்களை முழுவதுமாகத் திறந்து வானத்தையே வெறித்து பார்த்தவாறு இருந்தது.

ஊர் மக்கள் ஒன்று கூடி நிசும்பனுக்கு வீரக்கல் எடுக்கத் தீர்மானித்தார்கள். நடவேண்டிய கல்லை மலையிலிருந்து தேர்ந்தெடுத்து கொண்டு வந்தார்கள். அப்படி கொண்டுவந்த கல்லில் நிசும்பனின் உருவத்தைப் பொறித்து குளத்தில் நீராட்டினார்கள். அந்த வீரக்கல்லை குளத்தின் கிழக்குப் பக்கம் நட்டு அதற்கு மயிற்பீலிகளையும் மாலைகளையும் சாற்றி சிறப்புச் செய்தார்கள். மழை வேண்டிக் காத்திருந்த கிராம மக்களுக்காகவும், தன் நண்பனிற்காகவும் உயிர் துறந்த நிசும்பனின் தியாகத்தை கிராம மக்கள் பல தலைமுறைகளாக தாலாட்டுப் பாட்டாகவும், அறுவடைப் பாட்டாகவும் இட்டுக் கட்டி வாழ்த்திப் பாடிக்கொண்டே இருந்தார்கள்.

3

உப்பிலிக்கல்

"என்ன தாத்தா, இன்னும் எவ்வளவு தூரம் போகனும். கால் ரொம்ப வலிக்குது" பேரன் முரண்டுபிடித்தான். "அவ்வளவுதாய்யா. அதோ அங்கே தெரியுதே பெரிய வேப்ப மரம், அதுக்கு பக்கத்திலே ஒரு மேடை இருக்குதா?, அங்கேதான் நாம போறோம்". பேரனை ஒருவாறு சமாதானப்படுத்தினார் பெரியவர். அந்த இடத்தை அடைந்தவுடன் பேரன் மிகவும் சுறுசுறுப்பானான். மேடையில் இருக்கும் கல்லினைச் சுற்றி போர்வையைப் போல மூடியிருந்த காட்டுக் கொடிகளை கைகளால் விலக்கினான். ஒரு அழகிய வாலிபன் தன் இருகைகளாலும் ஒரு கட்டாரியை இறுகப்பற்றிக்கொண்டு வானத்தை நோக்கி பார்த்தவாரு இருந்தான். அவனருகில் புலியின் உருவம் இருந்தது. அருகில் இருக்கும் பாறைப் பிளவுகளில் தேங்கியிருந்த மழை நீரினை இருவரும் கைகளைக் குவித்து கோரி எடுத்து மேடையை கழுவித் துடைத்தார்கள். பையில் இருந்த மலர் மாலையை எடுத்து கல்லிற்கு சாற்றினார்கள். பேரனின் பிஞ்சுக் கைகளை தாத்தா தன் கைகளால் மெல்லக் குவித்து ஒன்று கூட்டி "நம்ம குலசாமிய்யா, மறுபடியும் நீங்க வெளிநாட்டிலிருந்து எப்போ இந்த தாத்தாவைப் பாக்க வருவீங்களோ எனக்குத் தெரியாது. நல்லா கும்பிட்டுக்கோய்யா. ரொம்ப துடியான சாமி. நீ என்ன வேண்டிக்கிட்டாலும் உடனே நிறைவேத்தும்" என்றார். இருவரும் மனதார வேண்டிக்கொண்டார்கள். களைப்பு நீங்க அருகில் இருக்கும் பாறை மேட்டில் படுத்துக்கொண்டு இரு கைகளையும் கோர்த்து பின் தலையில் வைத்து மேகங்கள் நகரும் வானத்தையே ரசித்துப் பார்த்தவாறு இருந்தார்கள்.

"இந்த ஊருக்கு 'உப்பிலிக்கல்'னு எப்படி பேர் வந்திச்சுன்னு தெரியுமா?". பேரன் உதட்டை பிதுக்கினான். "கதையா தாத்தா

சொல்லப்போறே" என்று ஆர்வமாக தாத்தாவின் மார்பை அணைத்துக்கொண்டான்.

ஆதி மனிதர்கள் குழுக்களாக வாழ்ந்த காலத்தில் அவர்களின் வாழ்வியலில் இடைத்தொழிலிற்கே மிக முக்கியமான பங்கு இருந்தது. ஒரு கிராமத்தின் பொருளாதாரம் அங்கிருக்கும் ஆநிரைகளின் எண்ணிக்கையை வைத்தே தீர்மானிக்கப்பட்டது. ஒரு குழுவிற்கும் மற்றொரு குழுவிற்கும் பகை ஏற்படின் முதலில் எதிராளி குழுவில் இருக்கும் ஆநிரைகளை கைப்பற்றி வருவார்கள். பிறகு ஆநிரைகளை தங்களுக்குள் பங்கிட்டு கள் குடித்து மகிழ்ந்து கொண்டாடுவார்கள்.

இதையே பிற்காலத்தில் வெட்சிப் போர் என்றழைத்தார்கள். பகைவர்களின் ஆநிரைகளை கவருவதான இத்தகைய போரில் சிவந்த நிறமுடைய வெட்சிப் பூவை தலையில் அணிவது வழக்கமாக இருந்தது. இப்படியாக ஆநிரைகளை எதிராளியிடம் இழந்த குழுக்கள் தகுந்த பதிலடியாக அந்தக் குழுவினருடன் போர் தொடுத்து அவைகளை மீட்டுக் கொண்டு வருவார்கள். இதைத்தான் கரந்தை போர் என்றழைத்தார்கள். இரண்டு குழுக்களிடையே போர் நிகழும்போது ஒருவர் மற்றொருவரின் ஆநிரைகளை கவருவதும், அதை இவர்கள் மீட்டுக்கொண்டுவருவதும் தொடர்ந்து நடந்து கொண்டே இருந்தது. வெட்சியின் போர் முறைக்கு எதிரானது அல்லது மாறானது கரந்தை, அதாவது வெட்சி ஆநிரைகளை கவர்வது என்றால் கரந்தை அவைகளை மீட்பதாகும்.

இந்த நாளும் வழக்கமான நாளாகத்தான் இருக்கும் என்று உதயனன் எண்ணினான். காலை உணவருந்திவிட்டு நேராக குழுத் தலைவன் இல்லத்திற்கு சென்றான். அங்கிருக்கும் தொழுவத்தை முதலில் துப்புறவு செய்துவிட்டு பிற வேலைகளை வழக்கமாக மேற்கொள்வான். அன்று தொழுத்தை அடைந்தவன் அதிர்ந்து போனான். அங்கு உதயனனைக் கண்ட குழுத் தலைவன் "நம்முடைய ஆநிரைகளை யாரோ இரவோடு இரவாக கவர்ந்து சென்று விட்டார்கள். யாரென்று அறிந்து வரவேண்டும்" என்றான்.

இதைக் கேட்ட உதயனன் வெகுண்டெழுந்தான். "விரைவில் நான் கண்டறிந்து வருகிறேன்" என்று புறப்பட ஆயத்தமானான்.

தொழுவத்தில் நடப்பட்டிருக்கும் கூறான மூங்கில் கழியில் பட்டுக் கிழிந்து தொங்கும் வெள்ளை ஆடையை உதயனிடம் எடுத்துக் கொடுத்தான் தலைவன். வீட்டிற்கு சென்று அம்மாவிடம் கூற உணவருந்திவிட்டுப் போக வற்புறுத்தினாள். " எனக்குப் பின்னே உன்னை யார் கவனித்துக்கொள்வார்கள். நீ விரைவில் திருமணம் செய்துகொள்ள வேண்டும் உதயா" என்று வழக்கமாக பெண்களின் பெயரை பட்டியலிட்டாள். உதயனன் கோயிலில் பூவிற்கும் செண்பகத்தின் ஒரே மகளான குழலியுடன் ஒரு தலைக் காதல் இருந்தது. இதை யாரிடமும் அவன் பகிர்ந்துகொண்டதே இல்லை. ஒரு தகுந்த சந்தர்ப்பத்திற்காகக் காத்திருந்தான். " அதற்கென்னம்மா அவசரம். நான் வந்த பிறகு பார்த்துக்கொள்ளலாம். இப்போது நான் வெகுதூரம் ஒரு பயணத்தை மேற்கொள்ள வேண்டும்." என்றான். தாயிடம் தலைவனின் தொழுவத்தில் நடந்த அனைத்தையம் கூறிவிட்டு அவளின் ஆசீர்வாதத்துடன் உதயனன் தன் பயணத்தைத் தொடர்ந்தான். குழலியைப் பார்ப்பதற்காகவே கோயில் வழி சென்றான். வழக்கமான புன் சிரிப்புடன் அவனை ஓரக்கண்ணால் பார்த்தாள். அவளும் என்னைப் போல காதலிக்கிறாளா இல்லையா என்ற மனப் போராட்டத்துடன் மேற்கு நோக்கி பயணித்தான்.

மூன்று நாட்கள் ஆகியும் எந்தச் செய்தியும் உதயனனிடமிருந்து வரவில்லை. குழுத்தலைவன் உதயனின் பாதுகாப்பு கருதி யாரையாவது அவனுடன் அனுப்பாதது குறித்து மிகவும் விசனப்பட்டான். நான்காம் நாள் காலை உதயனன் வந்தான். அனைவரும் அவனைச் சூழ்ந்து கொண்டார்கள். தெற்கில் இருபது கல் தொலைவில் ஒரு குழு ஆற்றங்கரையில் கூடாரம் அமைத்திருப்பதாகவும், அவர்கள் சந்தனம் தோய்த்த மஞ்சள் நிறத்தில் காணப்பட்டார்கள் எனவும், வெண்மையான உடையை அணிந்திருப்பதாகவும், அகன்ற நெற்றியுடன், நீண்டு கேசங்ககளை உடையவர்களாக இருந்தார்கள் என்றும் கூறினான். அவர்களின் தலைவன் மற்றவர்களைப் பார்க்கிலும் அதிக உயரமுள்ளவனாய் காணப்பட்டான் என்று கண்கள் விரிய ஆச்சரியத்துடன் கூறினான்.

குழுத்தலைவன் அன்றிரவே அவர்களை எதிர்த்து ஆநிரைகளை மீட்டுக்கொண்டு வர தீர்மானித்தான். குழுத்தலைவன்

தனக்கு மிகவும் நெருக்கமான வீரர்களுடன் உதயனையும் அழைத்துக்கொண்டு புறப்பட்டான். திரளாக மக்கள் சாலையின் இருபுறமும் நின்று அவர்களை வழியனுப்பினார்கள். தலைவன் தாங்கள் மேற்கொள்ளும் பயணம் குறித்து ஏதாவது ஒரு நல் வாக்கு கேட்காதா என்று மக்கள் பேசுவதை மிக உன்னிப்பாகக் கேட்டான். நல் வாக்கு எதுவும் தனக்கு கேட்காததால் கலக்கமுற்ற தலைவன் கிராம எல்லையை சோகத்துடன் அடைந்தான். ஏதோ ஒரு பெரிய வெற்றிடம் நிறப்படாமலே இருந்தது போல அவனுக்குத் தோன்றியது. அப்போது சாலை ஓரத்தில் இருந்த ஆல மரக்கிளையில் தொட்டிலை ஆட்டிக்கொண்டே ஒரு பெண் தாலாட்டு பாடிக்கொண்டிருந்ததைக் கேட்டான்.

மஞ்சள் வெய்யில் ஆடை நெஞ்சு
மரகத பூவெடுத்து
தலைவன் வந்திடுவான்
கண்ணயறு கண்ணயறு
செல்லக் கொழுந்தே;

பிஞ்சு மவ பாதத்திலே
கோடி முத்தம் கொடுத்திடவே
பட்டத்து யானையிலே
மன்னனவன் வந்திடுவான்
கண்ணயறு கண்ணயறு
முல்லைக் கொழுந்தே

இதைக் கேட்ட தலைவன் மிகுந்த உற்சாகத்துடன் தன் பயணத்தைத் தொடர்ந்தான். இரண்டு நாட்கள் கழித்து பொழுது புலரும் நேரம் ஆற்றங்கரையை அடைந்தார்கள். ஆற்று வெள்ளத்தில் காலைக் கதிரவனின் ஒளி பட்டுத் தெறித்து அனைவரின் கண்களையும் கூசச் செய்தது. அப்போது ஒருவன் அருகில் இருக்கும் உயரமான மரத்தில் ஏறிக்கொண்டு உரக்கக் குரல் எழுப்பினான். “கூடாரம் தெரிகிறது, அவர்களின் கூடாரம் தெற்கில் தெரிகிறது”. இதைக் கேட்ட தலைவனும் வீரர்களும் கோட்டை மதிலை எதிர்த்துப் போராடும் யானையின் பலத்துடன் கூச்சலிட்டுக்கொண்டே கூடாரம் இருந்த திசையை நோக்கி விரைந்தார்கள்.

எதிர்பாராத இந்தத் தாக்குதலால் நிலைதடுமாறிய கூடார மக்கள் ஆற்றின் அக்கரையிலிருக்கும் ஆநிரைகளை வேகமாக அவிழ்த்துவிட்டார்கள். இதையறிந்த உதயனன் வானத்தில் இருந்து பூமிக்கு விரையும் எரி நட்சத்திரம் போல நொடியில் ஆற்றினில் குதித்து அக்கரையை அடைந்தான். தனி ஆளாக நின்று ஆவேசத்துடன் அவர்களை எதிர்த்துப் போராடினான். தங்களின் ஆநிரைகளுடன் அவர்களுடையதையும் மீட்டு அவைகள் மீண்டும் கலைந்து சிதறி ஓடாமல் இருக்க அனைத்தையும் ஒன்றுடன் மற்றொன்றை கயிற்றால் இறுகக் கட்டினான். இதை ஆற்றின் கரையிலிருந்து கவனித்த குழுத்தலைவன் உதயனிடம் வீரர்களுடன் அக்கரைக்கு வருவதாக கையினால் செய்கை செய்தான். தலைவனைத் தொடர்ந்து அவனுடன் வந்த வீரர்களும் அவனுடன் ஆற்றில் குதித்தார்கள். அப்போது எழுந்த இரைச்சலைக் கேட்டு அச்சமுற்ற கூடாரமக்கள் உயிருக்குப் பயந்து நீண்டு கலைந்த பிடறி மயிர் உள்ள உயரமான குதிரைகளின் மீதேறி தப்பித்துச் சென்றார்கள்.

ஒருவழியாக அனைத்து ஆநிரைகளையும் மீட்ட வீரர்கள் உற்சாக மிகுதியால் ஒரு சிலர் தலைவனை வாழ்த்திப் பாட, ஒரு சிலர் கள் அருந்தி களித்திட, வெற்றியைக் கொண்டாடினார்கள். வீரர்கள் ஒன்று கூடி உரத்த குரலில் பாட தூரத்தே இருக்கும் மரங்களிலிருந்து பறவைக் கூட்டங்கள் பதற்றத்துடன் திசை மாறிக் கலைந்து பறந்தது. உதயனனின் தலைமையில் அனைத்து ஆநிரைகளும் முன்னால் போய்க்கொண்டிருந்தது. ஊருக்கு சென்றவுடன் முதலில் குழலிக்கு தன் காதலை கூறிவிட தீர்மானித்திருந்தான். அம்மாவிற்கும் இது இன்ப அதிர்ச்சியாய் இருக்கும் என்று நினைக்க அவனுக்கு மேலும் மகிழ்ச்சியாய் இருந்தது.

கூட்டங்களாக ஆநிரைகள் உதயனின் கண்காணிப்பில் முன்னே செல்ல படை வீரர்கள் குழுக்களாக பேசிக்கொண்டும், சிரித்துக்கொண்டும் அவைகளைத் தொடர்ந்தார்கள். அம்மாவாசை கடந்து ஒன்பதாவது நாள். சீரற்ற ஆநிரைகளின் தொடர் குளம்பொலிகள் இரவின் அமைதியை மெதுவாக மென்று தின்றது. வளர் பிறை நிலவின் அரை வெளிச்சத்தில் பளபளக்கும்

கூரிய கொம்புகளைக் கண்ட மேகங்கள் சிதறி ஓடியது. திடீரென்று வினோதமான சப்தத்தைக் கேட்ட ஆநிரைகள் மிரள உதயனன் அவைகளின் அருகில் சென்றான். எதிரில் இருக்கும் புதரில் இரண்டு பளிங்குக்கண்கள் மின்னலென ஒளிர்ந்தது. புதரின் பின் அரவமின்றிச் சென்ற உதயனன் அதன் மேல் அம்பெய்த, புலி ஒன்று வேகமாக புதரிலிருந்து வெளியேறி அவனையே உற்றுப்பார்த்தது. உதயனனும் தைரியமாக புலியை வைத்த கண் வாங்காமல் பார்த்தான். மெல்ல ஒரு அடி வைத்து முன்னேறிய புலி தன் முழு பலத்தையும் சேகரித்து உதயனின் மேல் பாய, அவன் நிலை தடுமாறி கீழே சரிந்து வீழ்ந்தான். படுத்துக்கொண்டே இரு கைகளாலும் கூறிய காட்டாரியை இறுகப் பிடித்து வானத்தை நோக்கி உயர்த்தினான். அவன் மேல் பாய்ந்து சென்ற புலியின் மார்புப் பகுதியில் இருந்து வயிற்றுப்பகுதி வரை கட்டாரி கீறிப் பிளக்க புலி ஒரு சிதைந்த குவியலாக சிறிது தூரத்தில் விழுந்தது. சுதாரித்துக்கொண்டு எழுந்த உதயனனை பின்னாலிருந்து மற்று மோர் புலி தாக்க தரையில் குப்புறச் சரிந்தான். உதயனன் சுய நினைவிற்கு வருவதற்குள் அவனின் தலையைக் கவ்விக்கொண்டு இழுத்துச் செல்ல எத்தனிக்க, படைவீரர்கள் குரல் கொடுத்துக்கொண்டே விரைந்து அங்கு வந்தார்கள். அவர்களின் தொடர் அம்புப் பாய்ச்சலில் பலத்த காயங்களுடன் தப்பி ஓடியது புலி. முகம் முழுவதும் காயங்களுடன் உயிருக்குப் போராடிய உதயனன் தலைவனை அழைத்தான். அவனுடைய கைகளை இறுகப் பற்றியவன் ஒன்றும் கூறாமல் நிரந்தரமாகக் கண் மூடினான்.

அந்த இடத்திலேயே உதயனின் உடலைப் புதைக்க ஏற்பாடானது. வீரர்கள் உதயனின் உடலை குழியில் வைத்து மண் மேவிய பிறகு அருகில் இருக்கும் கற்களை குவியலாகச் சேர்த்து மேடை அமைத்தார்கள். தலைவன் தன் கையிலிருக்கும் வேலினை அந்த மேடையில் நட்டு, தன் கேடயத்தை அதில் கட்டினான். அதைக் கவனித்த சில வீரர்கள் தங்களின் வேல்களையும் நட்டு கேடயத்தை அதில் கட்டினார்கள். அமைதியாக அந்த இடத்தைக் கடந்து வெகுதூரம் அவர்கள் சென்றாலும் காற்றில் கேடயங்கள் ஒன்றுக்கொன்று மோதும் ஒலி அவர்களுக்குக் கேட்டுக்கொண்டேயிருந்தது.

அவன் இறந்த இடத்தில் மேடை அமைத்து அங்கே அவன் உருவம் பொறித்த வீரக்கல்லை ஊர் மக்கள் நிருவினார்கள். பல தலைமுறைகளாக உதயனன் இறந்த நாளில் வீரக்கல்லிற்கு முதல் மாலை குழலி மற்றும் அவளின் வாரிசுதாரர்களே ஏற்று நடத்தினார்கள். உதயனின் அளப்பறிய தியாகத்திற்கும், ஈடற்ற விசுவாசத்திற்கும் நன்றி கூறும் பொருட்டு தலைவன் ஊருக்கு "உதயனன் புலிக்குத்திக் கல்" என்று பெயர் மாற்றம் செய்தான். நாளடைவில் அந்த கிராமத்தின் பெயர் மறுவி அதுவே உப்பிலிக்கல் என்றானது.

அருகில் இருக்கும் உயரமான மரத்தில் அந்தச் சிறுவன் வேகமாக ஏறி உச்சிக்குச் சென்றான். அதைக் கண்ட தாத்தா செய்வதறியாது "டேய், உதயா, கீழே இறங்குடா. அடிபட்டுடப்போவுது" என்று பதறினார். உச்சிக்கிளையில் கம்பீரமாக இடது கையை இடுப்பில் வைத்துக்கொண்டு மறுகையால் மரக் கிளையைப் பிடித்துக்கொண்டு கீழே நின்ற தாத்தாவைப் பார்த்த சிறுவன் "கூடாரம் தெரிகிறது, அவர்களின் கூடாரம் தெற்கில் தெரிகிறது " என்று கூறி சப்தமாகச் சிரித்தான்.

4

நல்லையன் பட்டவனான கதை

துறையூர் ஜமீன் பண்ணை வீட்டின் தலை வாசலின் இருபுறமும் இருக்கும் கரி படர்ந்த விளக்கு மாடத்தில் ஏற்றியுள்ள அகல் விளக்கு காற்றிற்கு தடுமாறி மாடத்தில் சூழ்ந்திருந்த இருளை விலக்க அரைமனதுடன் பேராடியது. இடது புறத்தில் உள்ள அகன்ற திண்ணையில் அடுக்கி வைத்திருந்த நெல் மூட்டைகளிலிருந்து உதிர்ந்த நெல்மணிகளை பதட்டத்துடன் கொத்துவதும், பிறகு பறப்பதுமாக இருந்த சிட்டுக் குருவிகளை பார்த்த ஜமீந்தார் நல்லையனிடம் கொஞ்சம் நெல்லை எடுத்து வாசலில் தூவச் சொன்னார்.

நல்லையனும் இரண்டு கைகள் நிறைய தரையில் சிந்திய நெல்லை எடுத்து வாசலில் வீசிவிட்டு உள்ளங்கையை முகர்ந்து பார்த்தான். பச்சை நெல் வாசம் அவனுடைய மனதை அப்படியே முழுவதும் கிளர்த்திப் போட்டது. திருமணம் ஆன புதிதில் அறுவடைக் களத்து மேட்டிலிருந்து வரும் நல்லையனின் உள்ளங்கைகளை உரிமையுடன் பற்றி இழுத்து முகர்ந்து பார்க்கும் வீரம்மாளிடமிருந்துதான் இந்தப் பழக்கம் அவனை தொற்றிக்கொண்டது. அவனுக்கென்னவோ நெல்லின் வாசத்தை விட பால் பிடித்த சோளக் கதிர்களின் வாசம்தான் மிகவும் பிடிக்கும். தொழுவத்தில் கட்டியிருந்த மாடுகளின் கழுத்து மணி ஓசைஅந்தக் காலை நேரத்தை மேலும் ரம்மியமாக்கியது.

இரண்டு ஆள் உயரத்தில் அடுக்கி வைத்திருந்த வைக்கோல் போரை காற்று செல்லமாக உரசிக் கடந்து போக ஒரு சில வைக்கோல்கள் கட்டிலிருந்து விலக மனமில்லாமல், ஒரு நாகம் போல படம் எடுத்து தலை நிமிர்வதும், பின் தளர்ந்து பழைய நிலைக்கு வருவதுமாக இருந்தது.

அடுக்களையில் வேலை பார்க்கும் பூவாயி நல்லையனை சாப்பிட அழைக்க, அவனும் வாசல் மேடையில்

அமர்ந்திருந்த ஜமீந்தாரை கைகட்டி மரியாதையுடன் கடந்து பின் கட்டு வழியாக வேகமாக உள்ளே சென்றான். ஏதோவொரு யோசனையில் பழைய சோற்றை விரல்களால் விரவிக்கொண்டிருந்தவனைப் பார்த்த ஜமீந்தாரின் மனைவி "என்ன ரோசனை பன்னிக்கிட்டு இருக்கே. மறுபடியும் வீரம்மாளோட சண்டை போட்டையா?. நம்மளை நம்பி வந்த பொண்ணுடா. நம்மதான் விட்டுக்கொடுக்கனும். நான் அவகிட்டே பேசறேன். எதையும் இப்போ மனசுலே போட்டு உளப்பிக்காமே கை நிறைய நல்லா எடுத்து அள்ளிச் சாப்பிடுய்யா" என்று ஊறுகாய் தட்டத்தை அவனருகில் நகர்த்தி வைத்தாள்.

துறையூர் ஜமீன் எல்கைக்கு உட்பட்ட தம்மம்பட்டியிலிருந்து வந்த கணக்கர் நடுக்கூடத்தில் ஜமீந்தாரின் முன் கைகட்டி நின்றுகொண்டிருந்தார். வெற்றிலையை மிகுந்த அக்கரையுடன் வேட்டி நுனியில் துடைத்துக்கொண்டே " அப்போ தம்மம் பட்டியிலிருந்து யாரும் அந்த வேங்கையை இன்னும் பிடிக்கலை, அப்படித்தானே?" என்று கேட்டார் ஜமீந்தார். கணக்கர் எதுவும் பதில் கூறாமல் தலையை மட்டும் தயக்கத்துடன் ஆட்டினார். "அது சரி, நான் ஒரு ஆளை அனுப்பறேன்" என்று கூறிவிட்டு நல்லையனை அழைத்தார். குரல் கேட்டு பாதிச் சாப்பாட்டுடன் எழப்போன நல்லையனை ஜமீந்தார் மனைவி சாப்பிடச் சொல்லி விட்டு கூடத்திற்குச் சென்றாள்.

"சாப்பிட்டுகிட்டு இருக்கான். வந்திடுவான்" என்று சொல்ல ஜமீந்தார் எதுவும் பேசாமல் தலைய மட்டும் ஆட்டினார்.

விபரம் அறிந்த நல்லையன் தம்மம்பட்டிக்குச் செல்ல ஆயத்தமானான். புறப்படும் முன் வீட்டிற்குச் சென்று மனைவி வீரம்மாளிடம் கூறிவிட்டுச் செல்ல எண்ணினான். நல்லையனின் வீரத்தை பல முறை நேரிலே பார்த்தவளாயிருந்தும் தன் தயக்கத்தை வெளிக்காட்டாமல் அவனை கணக்கருடன் வழியனுப்பினாள். வீட்டின் முன் வளர்ந்திருந்த முருங்கை மரத்தின் ஒரு கிளை காய்களின் பாரம் தாங்காமல் காற்றிற்கு உடைந்து சரிந்து பெருத்த சப்தத்தை எழுப்பியது. எதையும் கண்டுகொள்ளாமல் தூரத்தில் சென்று கொண்டிருந்த நல்லையனை வைத்த கண் வாங்காமல் பார்த்துக்கொண்டே இருந்தாள் வீரம்மாள்.

தம்மம்பட்டிக்குச் சென்ற நல்லையன் வேங்கயை பிடிப்பதற்கான தகுந்த இடத்தை ஆராய்ந்தான். ஊரிலிருந்த பலரிடம் வேங்கை நடமாட்டத்தைப் பற்றிக் கேட்டறிந்தான். தொன்னூறு வயதைத் தாண்டிய ஊர்க்கிழவி ஒருத்தி முன்பெல்லாம் அறுவடைக் காலத்தில் வேங்கை சில நாட்கள் ஊரில் இப்படி நடமாடும் எனவும் பிறகு அதுவே மீண்டும் காட்டிற்குச் சென்றுவிடும் என்று நல்லையனிடம் கூறினாள். அவன் தன் இடுப்பு முடிச்சை உன்னிப்பாகக் கவனிப்பதை பார்த்த கிழவி, அதிலிருக்கும் புகையிலையை பாதி முறுக்கி நல்லையனிடம் கொடுத்துக்கொண்டே “கொல்லி மலைக்குப் போனா அதோட நடமாட்டத்தை நல்லா கவனிக்கலாம்” என்று துப்புக் கொடுத்தாள். கொல்லிமலைச் சாரலில் உள்ள வனத்தில் கூடாரம் அமைந்து அங்கேயே தங்கியிருந்து வேங்கை வருவதை நோட்டமிட தீர்மானித்தான் நல்லையன்.

நல்லையன் தங்கியிருந்த இடத்தின் அருகில் உப்பிலிய நாயக்கரின் செங்கட்சூளை இருந்தது. அங்கு வேலை பார்க்கும் சின்னம்மாள் நல்லையனைக் கடந்து போகும் போதெல்லாம் அவனை ஓரக்கண்ணால் பார்ப்பதும் சிரிப்பதுமாக இருந்தாள். அவளின் திமிறிய அழகும், விரிந்த கண்களும் நல்லையனை ஏதோ செய்தது. வீரம்மாளைவிட சின்னம்மாள் அவ்வளவு ஒன்றும் அழகி இல்லை என்றாலும் நல்லையனைக் கடந்துபோகும் ஒவ்வொரு முறையும் சின்னம்மாள் தன் ஈரம் படர்ந்த உதட்டுச் சுழிப்புடன் மெலிதான புன்னகையைக் கரைத்து அவனை தடுமாற வைத்திடுவாள். தாமரைத் தண்டென சிறுத்த அவளின் இடையில் பெரும் பாரமெனத் தள்ளாடும் தாமரை மலர்கள் நல்லைய்யனின் பார்வையில் பட வெட்கிச் சிவக்கும் அவளின் கன்னம் காண அவன் தவம் இருந்தான். அவளின் பெருமூச்சுக் காற்றில் தன்னை முழுவதுமாகக் கரைத்துக்கொண்டு அவளுடன் வாழ ஆசைப்பட்டான். அவளின் மேல் தனக்கிருந்த மறைமுகமான ஈர்ப்பு சில சமயங்களில் நல்லையனின் பார்வை மட்டுமே தீர்மானித்தாலும், பல சந்தர்ப்பங்களில் அவனுடைய மனதே தீர்மானித்தது. நல்லையனின் மனதும் பல சமயங்களில் ஏதோவொன்றைக் குறிப்பால் அவனுக்கு உணர்த்த அவளில்லாமல் ஒவ்வொரு நாளும் பெரும் பாரமாக அவனுக்குக் கடந்து போனது.

ஒரு நாள் வேலை முடிந்து வீட்டிற்கு செல்லும் போது தூரலாய் ஆரம்பித்த மழை கட்டவிழ்த்து பொழிந்தது. மழையின் காரணமாக கூடாரத்தின் அருகில் மறைவாக ஒதுங்குவதைக் கவனித்த நல்லையன் அவளை உள்ளே வருமாறு செய்கையால் அழைத்தான். தயக்கத்துடன் கூடாரத்தினுள்ளே சென்றவள் உடம்பில் படர்ந்த ஈர உடையை இரு கைகளாலும் அழுத்தி மேலிருந்து கீழ் வழிக்க கால்பாதங்களில் மழை நீர் சிறிய குளம் போல் தேங்கி நின்றது. இதைக் கவனித்த நல்லையன் தனக்கு மீறிய ஏதோ ஒன்று தன்னில் நிறைந்து வழிவதாக உணர்ந்தான். எதற்கும் காத்திராமல் அவளின் கைகளைப் பற்ற மறுப்பேதும் கூறாமல் தன்னிலை மறந்தாள் சின்னம்மாள். நல்லையனின் மனதிற்குள் சின்னம்மாள் முழுவதுமாக இருந்தாள்.

இதற்கிடையே ஒரு நாள் நல்லையன் வேங்கையை நேருக்கு நேர் எதிர்கொண்டான். அன்று காலை லேசான பனிமூட்டத்துடன் இருந்தது. கூடாரத்திலிருந்து ஐம்பது அடி தூரத்திலிருக்கும் பாறைக் கூட்டங்களின் மறைவிலிருந்து வேங்கையின் உறுமல் கேட்டது. அதை அடுத்து அடர்ந்து வளர்ந்த கோரைப் புற்களிடையே கேட்டது. நல்லையன் ஒவ்வொரு அடியாக வைத்து முன்னேறினான். மீண்டும் வேங்கையின் உறுமல் சப்தம் கேட்டாது. ஆனால் இந்த முறை பாறைக் கூட்டங்களிற்கு அப்பால் வெகு தொலைவில் கேட்பது போலத் தோன்றியது. அருகில் இருக்கும் மரத்தில் ஏறி கிளைகளைத் தாண்டி உச்சிக்குச் செல்ல எண்ணினான். கிளைகளைத் தாண்டி ஏறும் போது இலைகளால் எந்த சப்தமும் வராமலிருக்க கூடுதல் அக்கரையுடன் மேலேறினான். தூரத்தே உயர்ந்து வளர்ந்த புற்களின் நடுவில் கம்பீரமாக அமர்ந்திருந்த வேங்கை தன்னையே உற்றுப்பார்ப்பதாக உணர்ந்த நல்லையன் துளியும் எதிர்பாராமல் தலைக்கு மேல் உள்ள காக்கையின் கூட்டை தட்டிவிட எங்கிருந்தோ வந்த காக்கை கூட்டங்கள் பெருத்த ஒலி எழுப்பிக்கொண்டு மரத்தைச் சுற்றிப் பறந்தது. மீண்டும் சிறுத்தையின் உறுமல். ஆனால் இந்த முறை வெகு அருகில் கேட்டது. மரத்திலிருந்து நல்லையன் கீழிறங்க அவனைத் தாக்க வேங்கை பத்தடி தூரத்தில் தயாராய்க் காத்திருந்தது.

வீரத்துடன் போராடி வேங்கையை வெட்டி வீழ்த்தினான். வேங்கையின் தலை அருகில் இருக்கும் முட்புதருக்குள் விழுந்தது. குதிரையில் இருந்தபடியே முட்புதருக்குள் கிடந்த வேங்கையின் தலையைக் காலால் எட்டி உதைத்து எடுக்க முயன்றபோது அங்கிருந்த நல்ல பாம்பு அவனைத் தீண்டிவிட்டது. உடனே எதற்கும் காத்திராமல் வேகமாக செங்கற்சூளைக்கு விரைந்தான். யாரும் அங்கு இல்லாதது கண்டு நேராக உப்பிலிய நாயக்கரின் வீட்டிற்குச் சென்று விஷத்தை முறிக்க வேண்டினான். அதற்கான ஏற்பாடும் உடனே நடந்தது. சின்னம்மாவுடனான அவனுடைய சினேகத்தை அறிந்த சில வஞ்சகர்கள் விஷத்தை முழுவதுமாக முறிக்க விடாமல் வேண்டுமென்றே நல்லையனை பாதி சிகிட்சையில் அனுப்பி வைத்தார்கள். அங்கிருந்து புறப்பட்டு போகும் வழியில் ஆச்சா மரத்தடியில் மயக்கமுற்று கீழே விழுந்து இறந்து போனான் நல்லையன்.

வேங்கையைப் பிடிக்க சென்ற தன் கணவன் நீண்ட நாட்கள் ஆகியும் வீடு திரும்பாததை எண்ணி வருந்திய வீரம்மாள் விடிந்ததும் யாரையாவது துணைக்கு அழைத்துக்கொண்டு தம்மம்பட்டிக்குச் செல்ல தீர்மானித்தாள். இரவு முழுவதும் அவள் தூங்கவே இல்லை. இடையே சற்று கண் அயர்ந்தவள் அப்படியே நீண்ட நேரம் தூங்கிவிட்டாள். திடுக்கிட்டு எழுந்தவள் கண்களைக் கசக்கி தன்நிலை மீள அவள் கண்ட கனவை மீண்டும் நன்றாக நினைத்துப்பார்த்தாள். கொல்லி மலையின் அருகில் இருக்கும் ஆச்சா மரத்தடியில் நல்லையன் விழுந்து கிடந்தான். அந்த நிலையில் அவனைக் கண்டவள் அப்படியே நிலைக்குத்தி செய்வதறியாது சிலையாக நின்றாள். அவன் உடல் கிடந்த இடத்திற்கு மேலே கருடன் ஒன்று சுற்றிகொண்டிருக்கும் என்று நல்லையன் அவளின் கனவில் உணர்த்தியதை அறிந்தாள். சுவாசம் இழந்த தடுமாற்றத்தில் அவள் விழித்திருக்கவேண்டும். உடனே அவனுடைய உடலைக் காண கொல்லி மலைக்கு விரைந்தாள். கணவனைத் தேடிச்சென்ற வீரம்மாள் கருடன் சுற்றுவதை கண்டு நல்லையன் இறந்த இடத்தை அறிந்தாள். உறவினர்கள் ஒன்று திரண்டு வந்து நல்லையன் இறந்த இடத்திலேயே தீ மூட்டி எரித்தனர். வீரம்மாளும், சின்னம்மாளும் நல்லையனின் சிதையில் புகுந்து உயிரை மாய்த்துக்கொண்டனர். இம்மூவருக்கும் அவ்விடத்திலேயே புடைப்புச் சிற்பமாக ஒரே கல்லில் உருவம் பொறித்து நடுகல் எடுத்தார்கள்.

ஊரின் மக்களை வேங்கையிடமிருந்து காப்பாற்றியதற்காக நல்லையன் இறந்து நடுக்கல்லானான். அவனை இன்றளவும் தம்மம்பட்டி மக்கள் ஊர்ப்பிடாரி கோயிலில் ஒரு பட்டவனாகவே வழிபடுகின்றனன். அந்த இடத்தை "தோரன ஆச்சான் கோயில்" என்றழைக்கின்றனர்.

பவித்திரம் கம்பராயன் கோயிலில் இன்றளவும் நல்லையன், வீரம்மாள், சின்னமாளை தெய்வங்களாக ஊர் மக்கள் வழிபடுகிறார்க்ள். எனினும் அவர்களுக்கென்று சிலைகள் எதுவும் கிடையாது. இவர்களுக்கான தெய்வப் படிமங்களை புதுவேட்டியை முறுக்கி முடிச்சிட்டு மனித வடிவங்களை உருவாக்குகிறார்கள். நல்லையன் மற்றும் அவளின் முதல் மனைவி சின்னமாளின் படிமத்திற்கு வீட்டுகோயிலில் இரண்டு கிடா பொதுவில் வெட்டுகிறார்கள். வீரம்மாளின் படிமத்திற்கு சூலாடு அறுத்து சுடுவாங்கறி வைத்துப் படைத்து வழிபடுகின்றனர். இப்படியாக பெரும் பூஜை முடிந்தவுடன், வேட்டியில் உள்ள முடிச்சினை அவிழ்த்து தெய்வங்களை விடுவிக்கின்றனர். அந்த வேட்டியை தங்களின் வயதில் மூத்த பங்காளிகளுக்கு உடுத்திக்கொள்ளத் தந்துவிடுகிறார்கள்.

கம்பராயன் கோயிலில் கரகம் பாலிப்பது இரண்டு முறை நடக்கிறது. கம்பராயனுக்கு ஒருமுறை கரகம் பாலித்து காட்டுக்கோயிலில் கிடா வெட்டி எரிகாவம் கொடுக்கின்றனர். மறுநாள் பட்டவனுக்குக் கரகம் பாலித்து கிடாவெட்டி சூலாடு அறுத்து சமைத்துப் படைக்கின்றனர். அடுத்ததாக பழையபாளையம் சென்று அங்காயி கோயிலில் கிடா, கோழி, பன்றி என முப்பூசை கொடுக்கின்றனர். கம்பராயன் கோயிலில் பட்டவன் என்கிற நல்லையன், வீரம்மாள், சின்னம்மாள், பாட்டன், பாட்டி, காத்தவராயன், மதுரைவீரன், பாப்பாத்தி முதலான தெய்வங்களும் இடம் பெற்றுள்ளன. கம்பராயன் கோயிலில் கம்பராயனுக்கு அடுத்து வணங்கப்படுவது பட்டவன் என்ற நல்லையன். கோயில் கோபுர வாசலில் குதிரை மேல் நின்ற நீல வண்ணத்தில் கம்ராயனும், மற்றொரு பக்கம் குதிரை மேல் அமர்ந்தபடி பட்டவனான நல்லையனும் கதை சிற்பமாக இன்றளவும் வாழ்கின்றனர்.

5

அதியமானும் ஔவையும்

வில்லிலிருந்து கிளம்பிய அம்பினைப் போல தகடூரை நோக்கி விரைந்து சென்று கொண்டிருந்தது அந்த செம்மண் படிந்த நீண்ட சாலை . சாலையின் இருபுறமும் செழிப்பான வயல் வெளிகள். அறுவடைக்குக் காத்திருக்கும் பொன்னிற நெல் மணிக் கொத்துக்களின் பாரம் தாங்காமல் நெற்பயிர்கள் ஒரு நிறைமாத கர்ப்பிணியின் அக்கரையுடன் காற்றிற்கு மெதுவாகச் சிணுங்கி அசைந்து கொடுத்தது. தூரத்தே கூட்டமாகத் தெரியும் பனை மரக்கீற்றுகளில் சூரிய ஒளி பட்டு வெள்ளியென மினு மினுத்தது. சாலையின் ஓரத்தில் ஆங்காங்கே காணப்படும் செழித்து வளர்ந்த உன்னம் மரத்தின் சிறிய இலைகளும் பொன்னிற மலர்களும் காண்போரை மீண்டும் ஒரு முறை திரும்பிப் பார்க்க வைத்தது. அதற்குக் காரணம் ஒரு அரசன் போருக்குச் செல்கையில் இந்த உன்னம் மரம் செழித்துக் காணப்பட்டால் வெற்றி நிச்சயம் கிட்டும் என்றும், அதே சமயம் வாடிக் காணப்பட்டால் தோல்வியே கிட்டும் என்றும் ஜோதிடர்கள் நிமித்தம் கூறுவார்கள்.

அதியமான் நெடுமான் அஞ்சியைப் பற்றி ஓரளவிற்குத் தெரிந்து வைத்திருந்த பாணன் ஒருவன் மன்னரைக் காண தகடூர் அரண்மனையை நோக்கி சென்றுகொண்டிருந்தான். அவரைப் பற்றி மேலும் அறிந்துகொள்ள ஆவலுள்ளவனாகவும் இருந்தான். யாதும் ஊரே யாவரும் கேளீர் என்பதற்கிணங்க பல மன்னர்களை சந்தித்து பரிசில்கள் பல பெற்றிருந்தான் அந்தப் பாணன். இடுப்பில் சொறுகி வைத்திருந்த சிறு வங்கியத்தை எடுத்து இசைத்துக்கொண்டே மிகுந்த உற்சாகத்துடன் அரண்மனையை நோக்கி நடந்தான்.

அப்போது அந்த வழியிலே சென்றுகொண்டிருந்த முதியவள் ஒருவள் பாணனின் கவனத்தைத் தன் பக்கம் திசை திருப்ப கையில் இருக்கும் குச்சியை தரையில் வேகமாகத் தட்டி ஒலி

எழுப்பினாள். அதைக் கேட்ட பாணன் திரும்பிப் பார்த்தான். அவ்வையைக் கண்டவன் வியப்பிலாழ்ந்தான். உடனே அவள் கால்களில் விழுந்து வணங்கினான். "அவ்வையே என் பெயர் கார்மேகன். கிள்ளியூரிலிருந்து வருகிறேன். அதியமான் நெடுமான் அஞ்சியைக் காண சென்று கொண்டிருக்கிறேன். மன்னரைப் பற்றி தங்களுக்கு அதிகம் தெரியுமாதலால் தங்களிடமிருந்து அவரைப் பற்றி மேலும் அறிந்துகொள்ள மிகவும் ஆவலாக உள்ளேன்" என்று மிகவும் பணிவாக அவ்வையின் முன் நின்றான். "நானும் மன்னரைக் காண அரண்மனைக்குத்தான் சென்றுகொண்டிருக்கிறேன். வா, இருவரும் பேசிக்கொண்டே நடந்து போகலாம். என்ன ஒரு சுட்டெரிக்கும் வெய்யில்! என் நா வரண்டே போய்விட்டது, அருகில் ஏதாவது நெல்லி மரம் இருக்கிறதா என்று பார்த்துக்கோண்டே வா கார்மேகா" என்றாள் அவ்வை.

அவ்வை அதியமானைப் பற்றி கூற ஆரம்பித்தாள். "இவர்கள் தமிழ்நாட்டின் மிகப் பழைய அதியர் மரபினைச் சார்ந்தவர்கள். ஒரு காலத்தில் அதியர் மரபினர் சேர வம்சத்தின் கிளைக்குடிகளாக கருதப்பட்டனர். பின் நாளில் அவர்கள் தனிக் கிளையாகப் பிரிந்து நாடாளும் உரிமையை மேற்கொண்டிருந்தாலும் அவர்களுக்குரிய பனம்பூ மாலையையே அணிந்து கொண்டார்கள். அந்த வம்சாவெளியிலிருந்து வந்தவர்தான் நம் அரசன் அதியமான் நெடுமான் அஞ்சி . இவன் கடையேழு வள்ளல்களில் ஒருவன். மற்ற அறுவர் யார் என்று உனக்குத் தெரியுமா?" என்று அவ்வை கேட்க கார்மேகனும் சிறிய யோசனைக்குப் பிறகு கூற ஆரம்பித்தான். "அவர்கள் முறையே பாரி, ஓரி, ஆய் அண்டிரன், திருமுடிக்காரி, நள்ளி மற்றும்........................." என்று கார்மேகன் தடுமாறினான். ஔவை தன் கையில் இருக்கும் பிரம்பால் செல்லமாக அவன் தோளைத் தட்டி "என்ன கார்மேகா, பேகனை விட்டு விட்டாயே! ஏன் அவனிடம் பாடி பரிசில் எதுவும் பெறவில்லையா" என்று கூற வெட்கிச் சிரித்து தலை கவிழ்த்தான் கார்மேகன்.

"நம் மன்னரை அதியமான் நெடுமான் அஞ்சி எனவும் தகடூர் போருதுவீழ்ந்த எழினி என்றும் சான்றோர்கள் அழைப்பார்கள். அது சரி, நீ எதற்கு மன்னரைக் காணவந்திருக்கிறாய்?" என்று ஔவை கேட்க, கார்மேகன் ஒன்றும் கூறாது சிரித்தான். பல

முறை மன்னரைக் காண ஔவை வந்திருக்கிறாள் என்பதை அறிந்த கார்மேகன் " எனில் அரசர் உங்களுக்கு அள்ளி அள்ளிக் கொடுத்திருப்பார்தானே" என்றான். அதற்கு ஒன்றும் கூறாமல் சிறிது தூரம் சென்ற அவ்வை களைப்பு மிகுதியால் சாலையின் ஓரத்தில் இருக்கும் ஆலமர நிழலில் அமர்ந்தாள். "இது நாள் வரை நான் எந்தப் பரிசிலையும் மன்னனிடம் இருந்து பெற்றதில்லை கார்மேகா. அதில் எனக்கு ஆகபெரிய வருத்தம் துளியும் இல்லை. யானையின் கொம்பிடை வைத்த உணவு எப்படி யானைக்குத் தப்பாதோ அது போலத் தப்பாமல் அந்தப் பரிசு எனக்கு ஒரு நாள் அறுதியாகக் கிட்டும்" என்று கார்மேகனிடம் கூறினாள்.

இருவரும் பேசிக்கொண்டே நடந்து கொண்டிருந்தார்கள். கார்மேகன் வழியில் இருக்கும் நெல்லி மரத்தைப் பார்த்தவுடன் அதைக் குலுக்கி பழுத்து உதிர்ந்த கனிகளை உள்ளங்கைகள் நிறைய எடுத்துக்கொண்டு வந்து அவளிடம் கொடுத்தான். நெல்லிக்கனிகளின் சற்றே அதிகமான புளிப்புச் சுவையால் கண்களை சுறுக்கிக்கொண்டு சாப்பிடும் அவ்வையைப் பார்த்து கார்மேகன் சிரித்தான். பன்னிரண்டு வருடங்களுக்கு ஒரு முறை காய்க்கும் அபூர்வ சுவைமிக்க நெல்லிக்கனியை அதியமான் நெடுமான் அஞ்சி விரைவிலேயே தன் கைகளால் அவ்வையிடம் கொடுத்து ஒரு நாள் உண்ணச் செல்லுவான் என்று இருவரும் அப்போது அறிந்திருக்கவில்லை.

இந்த முறையும் எதையும் எதிர்பார்க்காமல் மன்னனை வாழ்த்திப் பாடிவிட்டு அவ்வை கிளம்ப முற்படும் போது கார் மேகன் அரசன் தனக்கு பரிசாகக் கொடுத்த முத்து மாலையை மகிழ்ச்சியுடன் அவளிடம் காண்பித்தான். "நான் தான் உன்னிடம் அப்போதே கூறினேனே. அதியமானிடம் பரிசில் வேண்டி வருவோர் எவரும் வெற்று கரங்களோடு வீடு திரும்பமாட்டார்கள்" என்று கூறிய அவ்வை பாடிக்கொண்டே அரண்மனை வாயிலை அடைந்தாள். வாயிற்காவலில் நிற்பவன் அவ்வைக்கு மிகவும் பரிச்சயமானவன். இந்த முறையும் அவ்வை எந்தப் பரிசிலும் பெறாமல் செல்வதைக் கண்டவன் "அவ்வையே மன்னர் தாங்களை அடிக்கடி காணவேண்டும் என்பதால்தானோ என்னவோ உங்களை வெறும்கையுடன் அனுப்புகிறார். ஆதலால் தாங்கள் தகடூரிலேயே நிரந்தரமாக தங்கிவிடுங்கள்" என்றான்.

அதியமானின் நெருக்கமான நண்பன் ஒருவன் கொல்லி மலையை ஆண்டுவந்தான். அவன் பெயர் வல்வில் ஓரி. மிகச் சிறந்த வீரன். இவன் வேட்டையாடும்போது அவன் தொடுத்த வில்லின் அம்பானது, முதலில் யானையை வீழ்த்துமாம். பிறகு புலி, மான், பன்றியைக் கொன்று வீழ்த்தி இறுதியில் புற்றில் இருக்கும் உடும்பின் உடலில் புதைந்து நிற்குமாம். இவனுடைய கொடைத் திறன் பற்றிக் கூறும் போது பொன்னரி மாலையும், கலன்களையும், களிறுகளையும் பெற்ற பாணர்கள் பசியாறிய பின்னர் அவர்கள் தமக்குரிய பாடலையும் ஆடலையும் மறந்தொழிந்தனர் என்பார்கள். அதே சமயம் திருக்கோவலூரில் காரி என்ற மற்றொரு வள்ளல் இருந்தான். அவன் மன்னர்களுக்குத் துணையாக போரிட்டு அவர்களை வெற்றி பெற வைத்திடுவான்.

சேர மன்னன் பெருஞ்சேரல் இரும்பொறை கொல்லி மலையை தன் ஆட்சிக்குள் கொண்டு வர காரியின் உதவியை நாடினான். சேர நாட்டை ஒப்பிடுகையில் ஓரியின் நாடு மிகச் சிறியது என்றபடியால் காரி தன்னிடம் இருக்கும் போர் வீரர்களுடன் சென்று போரிட்டான். பெருஞ்சேரல் இரும்பொறையும் இதற்கு ஒப்புக்கொண்டான். அதன்படி காரி ஓரியின் கொல்லிமலையைக் கைப்பற்றி சேரமன்னனிடம் ஒப்படைக்கவேண்டும் என்பது ஒப்பந்தம். அப்போரில் ஓரி உயிர் இழந்தான். இதைக் கேள்விப்பட்ட அவனுடைய நண்பன் அதியமான் வெகுண்டெழுந்தான். சேர மன்னனும் இதற்கு உடந்தை எனக் கேள்விப்பட்டவுடன் வெஞ்சினம் கொண்டான்.

அதியமான் காரி வாழ்ந்த திருக்கோவலூரின் மேல் படையெடுத்தான். அதியமான் பெரும் படையின் முன்னால் காரியால் ஒன்றும் செய்யமுடியாமல் போர்க்களத்திலிருந்தே ஓடிவிட்டான். காரியும் சேர மன்னனும் ஒன்றாகச் சேர்ந்து அதியமானுடன் மீண்டும் போரிடத் திட்டமிட்டு களம் இறங்கினார்கள். ஆனால் அதியமான் அவர்களுடன் போர் புரிய விரும்பவில்லை. அவனுடைய வலிமையான கோட்டையே அவனுக்கு பெரும் அரணாக இருந்தது. பகைவர்களால் அழிப்பதற்கரியது. கோட்டையின் வாயிலை

மூடினான். கோட்டைக்குள் நுழையமுடியாமல் பகைவர்கள் பின்வாங்கிவிடுவார்கள் என நினைத்தான். கோட்டையில் இருந்து ரகசிய சுரங்கப் பாதை வழியாக அதியமானின் நம்பிக்கைக்கு உரிய ஆட்களின் மூலம் உணவுப் பொருட்களை கோட்டையின் உள்ளே கொண்டுவர ஏற்பாடாகியது. இந்த ரகசிய வழியை எப்படியோ ஒற்றர்கள் மூலம் அறிந்த சேர மன்னன் அதை அடைத்துவிட்டான்.

சிங்கமென கர்ஜித்து வெளியே வந்த அதியமான் எதிரி படைகளை நெருக்கு நேர் எதிர்கொண்டான். போர் பல நாட்கள் நீடித்தது. தகடூர் போர் வீரர்களின் நுட்பமான வாள் வீச்சால் தான் எங்கே துண்டாடப்படுவோமென்று அஞ்சிய ஆதவன் விரைவாக மேற்கில் வழிந்திரங்க போருக்கான பகல் வேளை குறைந்து போல தகடூர் மக்களுக்குத் தோன்றியது. மதர்த்த களிறுகள் ஒன்றோடொன்று மோதி இடியையொத்த ஒலி எழுப்ப மேகங்கள் இல்லா வானத்தில் பறக்கும் பறவைகள் பெரும் குழப்பத்திற்குள்ளானது. அதியமானின் பாசறையில் நுனி பிளந்த வேல்களும், செப்பனிடவேண்டிய வாள்களும் ஒரு சிறிய குன்றினைப் போல உயர்ந்து நிற்க அதன் மாலை நிழல் கிழக்கு நோக்கி வெகு தூரம் தனியாகப் பயணித்தது.

யாருக்கு வெற்றி தோல்வி என தீர்மானிக்க முடியாமல் போர் நீண்டுகொண்டே போனது. அரண்மனை ஜோசியர்கள் அதியமானின் பிறந்த நட்சத்திரத்தையும் நாளையும் கணக்கில் வைத்து பல முறை ஆரூடம் கணித்தார்கள். தோற்றத்தில் அனைவரைப் பார்க்கிலும் மிகவும் இளையவனாய் இருந்த ஒருவன் சாளரத்தின் வழியாகத் தெரியும் உன்னம் மரத்தை காண்பித்தான். காய்ந்து உதிர்ந்த பூக்களையும், சருகாகிப்போன இலைகளையும் காணச் சகியாமல் அனைவரும் வாய் பொத்தி திகைப்பிலாழ்ந்தார்கள்.

அந்த நாளும் வந்தது. அளவில் பெரிதான சேரன் படை முன்னறியது.இறுதியில் அதியமானின் படை தோற்றது. ஒரு வீரன் எறிந்த வேல் அதியமானின் மார்பிலே பாய அவன் மலையைப் போலச் சரிந்தான். அசோகரால் குறிப்பிடப்படும் சத்யபுத்ர மரபில் வந்த அதியமான் நெடுமானஞ்சி சேரர்களுடன் போரிட்டு இறந்து நடுகல்லாகினான். இதை அறிந்த அவ்வை

அழுது புலம்பினாள். இதற்கு முன்பு ஒரு சமயம் நடைபெற்ற போரில் அதியமான் பகைவர்கள் அனைவரையும் வென்று வெற்றி வாகை சூடியிருந்தது அவளின் நினைவிற்கு அப்போது வந்தது. அந்தப் போரில் பகைவர்களின் படைக்கருவிகளால் தாக்கப்பட்டு முகத்திலும், மார்பிலும் விழுப்புண்பட்டிருந்த அதியமானைக் கண்டு அவ்வை பெருமகிழ்ச்சி அடைந்தாள். அவனால் தோல்வியைத் தழுவிக்கொண்ட எதிரிகள் நான்கு திசைககளிலும் சிதறியோடினர். எதிரி மன்னனும் போர்க்களத்திலேயே இறந்தான். அவன் அவ்வாறு இறந்ததால் விழுப்புண் படாமல் நோயுற்று வாளால் வெட்டப்பட்டு அடக்கம் செய்யப்படும் பெரும் இழிவிலிருந்து அவனை அதியமான் காப்பாற்றியதாக புகழாரம் சூட்டினாள் . இனி போர் நடக்க வாய்ப்பில்லாமல் போக அதியமான் மீண்டும் பேரிட்டு வெற்றி பெறுதல் சாத்தியமில்லாமல் போயிற்றே என்று பாடியது அவளுக்கு மீண்டும் நினைவிற்கு வர பெரும் துக்கத்தில் திகப்புற்று செய்வதறியாது குழம்பினாள்.

புலவர்களால் புகழ்ந்து பாடப்பெற்ற அதியமானின் உயிரற்ற உடலை பார்க்கச் சகியாமல் துக்கித்து வாய் பொத்தி அந்த இடத்தைக் கடந்து போனான் சேர மன்னன் இரும்பொறை. புலவர்கள் அழுது புலம்பினார்கள். அதியமானை போர்க்களத்தில் அவன் மாண்ட இடத்திலேயே எரித்து நடுகல்லை நட்டு வழிபட்டார்கள். தெய்வமாகிபோனான் நம் அதியமான் என்று வீரர்கள் குரலெழுப்பினார்கள். அவ்வை புலம்பினாள். ஆவேசப்பட்டாள். ஒரு நாளைக்கு எட்டு தேர்களை முழுவதுமாக வடிவமைக்கும் திறமைமிக்க தச்சன் ஒருவனால் தேர்க்கால் சக்கரத்தை மட்டும் வடிவமைக்க ஒரு மாதகாலம் செலவிட்டு செய்த தேரின் வலிமையை ஒத்த அதியமானின் வீரத்தை நேரில் கண்டவள் அவள். அவளுக்கு அதியனின் மரணம் பெரும் இழப்பையும் தாங்கொணா மன உளைச்சலையும் கொடுத்தது. அவளின் கையறு நிலையை பாட்டாகக் கொட்டித் தீர்த்தாள்.

“**கையளவு** மதுவைப் பெற்றாலும், உவப்புடன் எங்களுக்கு கொடுத்திடுவானே! ஆந்நிலையும் போயிற்றே!

பெரிய அளவில் பெற்றால், யான் உண்டு மகிழ்ந்ததை பார்த்து உடன் கொஞ்சம் அருந்துவானே! அந்நிலையும் போயிற்றே!

பிடி சேறு என்றாலும், பலருக்கும் பகிர்ந்தளிப்பானே! அந்தோ! அந்நிலையும் போயிற்றே!

சோற்றினிடையில், எலும்பும் ஊனும் தட்டுப்பட்டால் அதை நமக்கு உண்ணக் கொடுப்பானே! அதுவும் இல்லையென்றயாயிற்றே!

அம்போடு வேல் பாயும், போர்க்களங்களில் நம் துணையாக நிற்பானே! அந்நிலையும் போயிற்றே!

நரந்தப் பூ மணம் வீசும் அவனுடைய கையால் புலால் நாறும் என் தலையை பாசத்துடன் தடவிக்கொடுப்பானே! அதுவும் இனி நிகழாததாயிற்றே!

அவனின் கரிய மார்பில் தைத்த வேல், அருங்கலை வளர்க்கும் பாணர்களின் கையில் உள்ள பாத்திரத்துடன் அவர்களின் கைகளையும் துளைத்து சான்றோர்களின் நாவிலும் தைத்ததே!.

இனி பாடுகின்றவரும் இல்லையே! பாடுகின்றவர்களுக்கு ஈவாரும் இல்லை என்றானதே!"

6

கனாக் கண்டேனடி தோழி!

நான் பத்தினியெனில் இவ்வூரை அழித்திடுவேன் என்று சூளுரைத்த கண்ணகி வெஞ்சினத்தோடு பாண்டிய மன்னனின் அரண்மனையை விட்டுப் புறப்பட்டு மதுரை நகரினுள்ளே நுழைந்தாள். தன் இடக்கொங்கையை திருகியெடுத்து மதுரையின் மீதெறிய அவள் சொல்லியவண்ணமே அந்நகரம் தீப்பற்றிக்கொண்டு பல இடங்கள் எரிந்து சாம்பலானது. அதனால் ஏற்பட்ட வெம்மையைத் தாங்க முடியாத மதுரையின் அதிதேவதை, கண்ணகியின் முன் வந்து அவளை நோக்கி "நான் இந்த மதுரை நகரின் தெய்வம். இத்தருணத்தில் நான் உனக்கு சில உண்மைகளை கூற கடமைப்பட்டிருக்கிறேன். அவற்றைக் கேட்பாயாக. உனக்கு இத்துன்பம் வந்த வரலாற்றைக் கேள்" என்று கூறத் தொடங்கினாள்.

"முன்பு ஒரு காலத்தில் கலிங்க நாட்டில் இருக்கும் சிங்கப்புரத்தை வசு என்ற மன்னன் ஆண்டு வந்தான். அவனுக்கும் கபிலபுரத்தை ஆண்டுவந்த குமரன் என்ற மன்னனுக்கும் தீராத பகை இருந்தது. ஒருவரை ஒருவர் வெற்றி கொள்ள தகுந்த தருணம் பார்த்து காத்துக்கொண்டிருந்தார்கள். அப்போது சிங்கபுரத்து கடைவீதியில் சங்கமன் என்ற வணிகன் ஒருவன் பொருட்களை விற்றுக்கொண்டிருந்தான். அந்த நாட்டு மன்னரிடம் வேலை பார்க்கும் பரதன் என்பவன் சங்கமனை கபிலபுரத்தின் ஒற்றனென சந்தேகித்து சிறைப்பிடித்து அவனை கொலையும் செய்துவிட்டான். அனைத்தையும் கேள்விப்பட்ட சங்கமனின் மனைவி நீலி பெருத்த துயரம் கொண்டாள். பதினான்கு நாட்கள் தாங்கொணா மன வேதனையில் அலைந்து திரிந்து கடைசியில் ஒரு மலை மேல் நின்று தன் உயிரை மாய்க்க தீர்மானித்தாள். தனக்கு இத் துன்பம் ஏற்படக் காரணமாய் இருந்தவர்கள் மறு பிறப்பில் இதே துன்பத்தை அடைய சாபமிட்டு மலையிலிருந்து விழுந்து இறந்தாள். அப்பரதனே இப்பிறவியில்

உன் கணவன் கோவலனாகப் பிறந்திருக்கிறான். ஆதலால்தான் நீ இத்துன்பம் அடைந்தாய்".

வெஞ்சினம் கொண்ட கண்ணகி சற்றே சினம் தனிந்தாள். அதிதேவதை "இன்றிலிருந்து பதினான்காவது நாளின் பகல் கழிந்த பிறகு நீ உன் கணவன் கோவலனைக் கண்டு அவனுடன் மீண்டும் சேர்வாய்" என்று தெய்வ வாக்கு கூற கண்ணகி மதுரையை விட்டு வைகையாற்றுக் கரை வழியாக மேற்கு திசையில் சேர நாட்டை நோக்கி பயணித்தாள். மதுரையின் அதிதேவதை கூறியதிற்கிணங்க கண்ணகி பதினான்கு நாட்கள் கழித்து சேர நாட்டில் இருக்கும் திருச்செங்குன்றினை அடைந்தாள்.

எங்கும் பசுமை போர்த்தியிருக்கும் குறிஞ்சி நிலம். தொடர்ந்து விழும் அருவியின் ஒலி மலைக்குறவர்கள் இசைக்கும் பறையோசையை ஒத்திருந்தது. ஆங்காங்கே கேட்கும் பலவிதமான மிருகங்களின் சப்தங்களை மீறியபடிக்கு குழியில் விழுந்த யானைகளைப் பழக்கும் பாகர்களின் சப்தமும் தொடர்ந்து கேட்டுக்கொண்டிருந்தது. மரத்தின் மேல் இருக்கும் பரண்களின் மீது நின்று கொண்டு முற்றிய தானியங்களை கொத்தவரும் பறவைகளை கவண் கொண்டு துரத்தும் குறிஞ்சி நிலப் பெண்களின் குரல்கள் இசையாய் தவழ்ந்து வந்தது.

அத்தி மரத்தினடியில் தன் காதலி கருங்குழலிக்காகக் காத்திருக்கும் எழிலாடன் பொறுமையிழந்து காணப்பட்டான். அவர்களின் முந்தைய சந்திப்பில் அவன் கேட்டதற்கிணங்க இன்று இரவு கருங்குழலி தன்னுடன் இருக்கப்போகிறாள் என்ற எதிர்பார்ப்பில் நிலைகொள்ளாது தவித்துக்கொண்டிருந்தான். கருங்குழலி தன்னைக் காண வரும்போது எப்படிப் பேசவேண்டும், எப்படி நடந்துகொள்ளவேண்டும் என்பதான ஒத்திகையை மனதளவில் நிறைவேற்றி அதில் சில மாற்றங்களுடன் மேலும் சீர்படுத்தி திருப்தியடைந்தான். சென்ற சந்திப்பில் அவள் விடைபெறும்போது கொடுத்த முத்தத்தை மீண்டும் ஒரு முறை நினைத்துப்பார்த்தான். இந்த இரவு முழுவதும் அவள் கொடுத்த ஒற்றை முத்தத்தை தொடர் முத்தங்களாக மாற்றிக் கொடுக்க திட்டமிட்டிருந்தான். அவளுக்கான காத்திருப்பின் ஒவ்வொரு நொடியும் பெரும் பாரமாய் கடந்து கொண்டிருக்க தூரத்தே தன் காதலியின் உற்ற தோழி வருவதைக்கண்ட எழிலாடன் பெரும்

குழப்பத்திற்குள்ளானான். "உங்களுக்காக என் தோழியிடமிருந்து ஒரு செய்தி கொண்டுவந்திருக்கிறேன்" என்றாள் அவள். தன்னிலை மறந்த எழிலாடன் மிகுந்த எதிர்பார்ப்புடன் நிலைகொள்ளாமல் தவித்தான். அவன் தவிப்பதைக் கண்ட தோழி மனதிற்குள் ரசித்தவாரே " தலைவனே, இன்று என் தோழி உங்களைக் காண வராதலால் நீங்கள் எதிர்பார்த்த இன்பம் வேண்டுமென்றால் இல்லாமல் போகலாம். ஆனால் என் தோழி தங்களிடம் கொண்ட நேசம் கடுகளவாவது குறையுமா? எப்படி யாரும் அறியாமல் இரவில் பொழிந்த மழை அடுத்த நாள் அருவியின் ஒலியால் அறியப்படுவது போல, இன்று இரவில் தங்களின் சந்திப்பு தாங்கள் நினைப்பது போல நிறைவேறினால் பகலில் தலைவியின் மேனியின் வேறுபாடை மக்கள் அறியாமற் போவார்களா? அவர்கள் இதைப்பற்றிப் பழித்துப் பேசத் தொடங்கி விடுவார்களே. ஆகவேதான் இச்சந்திப்பு வேண்டாம்" என மறைமுகமாக எழிலாடனிடன் தன் தோழியின் இயலாமையை உணர்த்தினாள்.

எழிலாடன் அவளின் எந்த பதிலிற்கும் சமாதானமாகமல் கருங்குழலி வராதது குறித்து பெருத்த ஏமாற்றத்துடன் மௌனமாக நின்றிருந்தான். அவளின் தோழி செய்வதறியாது எழிலாடனிடம் தன் தோழி இந்தப் பிரிவால் எவ்வளவு வாட்டத்துடன் இருக்கிறாள் என்று கூற அவன் "இந்த இரவு முழுவதும் என்னுடன் தனிமையில் அவள் இருப்பதான எதிர்பார்ப்பு, அவள் வராதது குறித்து நான் கொண்ட ஏமாற்றம் அனைத்தையும் உன் தோழியிடம் எடுத்துக் கூற மறந்து விடாதே" என்று எரிச்சலுடன் கூறினான். தோழி மிகுந்த தயக்கத்துடன் எழிலாடனிடம் விடைபெற நினைக்கும் போது தூரத்தே ஒரு பெண் தலைவிரி கோலத்தில் திருச்செங்குன்றினை நோக்கி செல்வதைக் கண்டு துணுக்குற்றாள். "யார் அது?" என்று எழிலாடனிடம் கேட்க அவனும் "அந்தப் பெண் யார் என்று எனக்கும் தெரியாது. பாவம் அபலை போல் தெரிகிறது! இருவரும் போய் என்னவென்று விசாரித்தறிந்து உதவி தேவைப்படின் உடனிருந்து உதவுவோம்" என்றான்.

அப்போது அங்கு வந்த குறவர்கள் கண்ணகியைப் பார்த்து " மலை வேங்கை மரத்து நிழலில் நிற்கும் தாங்கள் எங்கள் குலக் கடவுளாம் வள்ளி போலத் தோற்றமளிக்கிறீர்களே! இடது முலையிழந்து சொல்லொணா சோகத்தில் இருக்கும் தங்களைக்

காண பொருந்துயருற்றோம். தாங்கள் யார்?" என்று வினவ கண்ணகி தன் கணவன் கோவலனை இழந்து இங்கு வந்ததாகக் கூறுகிறாள். அன்றைய பகல் பொழுது கழிந்தவுடன் தெய்வ வடிவோடு அங்கு வந்த கோவலனைக் கண்டு அக மகிழ்ந்தாள் கண்ணகி. அனைத்து வின்னவர்களும் பூ மாறிப்பொழிய, முப்பது முக்கோடி தேவர்களின் வாழ்த்துக்களுடன் கோவலனுடன் விமானமெறி விண்ணுலகம் எய்தினாள் . இவை அனைத்தையும் திகைப்புடன் நேரில் கண்ட மலைக் குறவர்கள் இந்த மகராசியே தாங்கள் வணங்கும் தெய்வம் என்று கைகளைக் குவித்து பக்தியுடன் வழி பட்டு குரவையாடி அவர்களை வழியனுப்பி வைத்தார்கள்.

எழில் கொஞ்சும் மலையினூடே ஊடறுத்துக்கொண்டு பாயும் பேரியாற்றின் கரையில் மணல் மிக்க இடத்தில் ஊர் உலா வந்த சேரன் தன் படைகளுடன் தங்கினான். குன்றக் குரவை நிகழ்த்தும் மகளிரின் பாடல்கள் காற்றில் தவழ்ந்து வந்தது. அவர்களின் குலத் தெய்வமான வேலனைப்பற்றி புகழ்ந்து பாடும் பாடலிற்கு இசைவாக தூரத்தே தினைமாவு இடிப்போருடைய உலக்கைப்பாட்டும் இணைந்து ஒலித்தது. மன்னரைக் காண வந்த மக்களில் ஒருவன் சேர மன்னனிடம் "வேந்தர்க்கெல்லாம் வேந்தே, வாழ்க நின் கொற்றம். வாழ்க பல்லாண்டு. நாங்கள் வாழும் திருச்செங்குன்ற மலையில் இருக்கும் வேங்கை மரத்தின் கீழே மங்கை ஒருத்தியைக் கண்டோம். ஒரு முலை இழந்தவளாய் பெருந்துயரத்தோடு நின்றிருந்தாள். அப்போது விண்ணுலக தேவர்கள் அங்கு வந்து அம்மங்கையின் காதற் கொழுனனைக் காட்டி, அவளையும் உடன் அழைத்துக்கொண்டு எங்களின் கண் முன்னே விண்ணுலகம் சென்றார்கள். தேவரீர் நாட்டில் நிகழ்ந்த இதனை தாங்கள் அறிந்தருளல் வேண்டும்" என்று பணிவாகக் கூறினான். இது குறித்து சாத்தனார் ஏற்கனவே அறிந்திருந்தபடியால், சேர மன்னன் செங்குட்டுவனை நோக்கி கண்ணகிக்கு நடந்த அனைத்தையும் கூறினார். அதைக் கேட்ட மன்னன் சாத்தனாரிடம் "நீதி தவறிய பாண்டியன் தன்னுயிர் நீத்தவுடன் உடன் உயிர் நீத்த அவனுடைய கோப்பெருந்தேவி ஒருபுறம், நம் நாடு நோக்கி வந்த பத்தினித் தெய்வம் கண்ணகி மறுபுறம். இந்த இருவரில் யார் மிகவும் வியக்கத்தக்கவர்?" என்று வினவ அவரும் நம் நாட்டை நோக்கி வந்த அந்தப் பத்தினி

கண்ணகியை வழிபடுதலே உத்தமம் என்றார். மன்னனும் இதனைக் கேட்டு அகமகிழ்ந்து அந்தப் பத்தினித் தெய்வத்திற்கு நடுகல்லை பொதியமலையில் கொணர்ந்து காவிரியில் நீராட்டி புனிதப்படுத்துவதைப் பார்க்கிலும் இமயத்திலிருந்து கொணர்ந்து கங்கையில் நீராட்டி தூய்மை செய்வதே சாலச்சிறந்ததும் பெருவீரர்களாகிய சேரர்களின் வழி வந்த நமக்கு இது மேலும் பெருமைகூட்டும் சிறப்பைத் தரும் என்றான். இதைக் கேட்ட மன்னரின் சேனாதிபதி வில்லவன் கோதை " நம்மோடு போர் புரிந்து மீன் கொடியையும் புலிக்கொடியையும் போர்க்களத்திலேயே விட்டு ஓடிய அவர்களை நான் இன்னும் மறக்கவில்லை வேந்தே. அதைப்போல கோமகளாய் விளங்கிய தம் தாயைக் கங்கையில் தீர்த்தமாட எதிர்த்த அரியவரசரால் நம்மை வெற்றி பெற துளியும் துணிவிருக்காது" என்றான். அனைத்தையும் மிகக் கவனமாகக் கேட்டுக்கொண்டிருந்த அமைச்சர் அழும்பிவேல் போர் பற்றி உடனே பறையறைந்து தெரிவிக்க மன்னரின் அனுமதிக்காகக் காத்திருந்தார்.

பெரும் பரிவாரங்களுடன் யானையின் மேல் முரசேற்றப்பட்டு சேரன் செங்குட்டுவனின் வடநாட்டு யாத்திரை பற்றியும், பகையரசர்கள் வந்து பணியாவிட்டால் அவர்களுக்கு விளையும் கேடுகளைப்பற்றியும் அறிவித்தார்கள். சேரனும் தம்மை இகழ்ந்து பேசிய வட திசை மன்னர்களது முடித்தலையில் பத்தினிக் கடவுளின் நடு கல்லை ஏற்றிக்கொண்டு வருவேன் என்று சூளுரைத்தான். இதைக் கேட்ட அரண்மனை சோதிடன் மௌத்திகன் மன்னரிடம் " வேந்தர்க்கெல்லாம் வேந்தே, இதுவே உன் வெற்றிக்கான நல் முகூர்த்தம்" என்று கட்டியம் கூற போர் வீரர்கள் மிகுந்த ஆரவாரத்துடன் பூமியே பிளக்கும் வண்ணம் ஆர்ப்பரித்து முரசு ஒலித்தார்கள்.

இவை அனைத்தையும் கேட்டறிந்த கண்ணகியின் தோழியும், பாசண்டசாத்தானின் மனைவியுமான தேவந்தி சேர மன்னரைக் கண்டு கண்ணகியின் பெருமைகளைக் கூறி தான் அவளுடைய நெருங்கிய தோழி என்று அறிமுகப்படுத்திக்கொண்டாள். ஒரு சமயம் கோவலன் கண்ணகியை விட்டு மாதவியுடன் இருந்த காலத்தில் கண்ணகிக்குத் துணையாக இருந்தவள்தான் இந்த தேவந்தி. தன் உள்ளத்திலே ஒன்றியிருந்த அவளின் பிரிந்து போன

கணவன் மீண்டும் தன்னுடன் இணைய வேண்டி புனித நீராடும் போது கண்ணகியை முதன் முதலாக சந்தித்தாள். கண்ணகியின் நிலையறிந்து ஆற்றில் அறுகம்புல், சிறுபூ, நெல் முதலியவற்றைத் தூவி கண்ணகியையும் உடன் நீராடச் செய்து கோவலனுடன் மீண்டும் வாழ்வாங்கு வாழ்வாய் என்று வாழ்த்தினாள். தன் துயரங்களிலிருந்து மீண்டெழ தனக்காக வேண்டும் தேவந்தியை தன் உற்ற தேழியாய் அக்கணமே ஏற்றுக்கொண்ட கண்ணகி கானல் நீரினைக் கண்டடைந்த திசை மாறிப்போன வழிப்போக்கனின் சமாதானத்துடன் அவளின் கைகளை எடுத்து கண்களில் ஒற்றிக்கொண்டாள். இருவரும் ஒருவருக்கொருவர் ஆறுதலாக இருந்தனர்.

போருக்கான ஆயத்தப்பாட்டை தெரிவித்த அன்றிரவில் சேர மன்னன் அகமகிழ்ந்து தன்னுடன் போருக்கு புறப்படத்தயார் நிலையில் இருக்கும் தானைகளுக்கும், தானைத் தலைவர்களுக்கும் விருந்து கொடுத்து உபசரித்தான். மறுநாள் வஞ்சி மாலை தரித்து நெடிய யாத்திரைக்கு தயாரானான். நாவை அடக்காது இகழ்ந்துரையாடிய கனகன், விசயனென்ற இரண்டு வடநாட்டு அரசர்களுக்கு தகுந்த பாடம் கற்பித்து நம் தமிழனின் வீரத்தை காண்பிப்பதற்காக சேர மன்னன் தன் படையை பகைவரை நோக்கி வழிநடத்தினான். இதை எப்படியோ அறிந்து கொண்ட கனகனும் விசயனும் வட நாட்டு மன்னர்களான உத்தரன், விசித்திரன், உருத்திரன், பைரவன், சித்திரன், சிங்கன், தனுத்தரன், சிவேதன் என்ற பல மன்னர்களின் துணைகொண்டு சேரனை எதிர்க்க பெரும் படையுடன் ஆயத்தமானான். யானையின் பெருங்கூட்டமெனத் திரண்டு வந்த கனக விசய போர் வீரர்களின் முன் சேரனின் படைகள் அடங்க மறுக்கும் சிங்கமென அவர்களை நோக்கி வெகுண்டு சீரிப்பாய்ந்தது. சேர மன்னரின் மார்பில் பூசிய சந்தனம் வியர்வையின் ஈரத்துடன் அதே நறுமணத்துடன் இருந்தது. போரில் எழுந்த புழுதி யானைகளின் கழுத்தில் கட்டியிருக்கும் மணிகளின் நாக்குகளிலும், போர்க்கொடிகளில் கட்டிய சங்குகளின் நாக்குகளிலும் பரவிப் புகுந்து ஒலிக்கா வண்ணம் செய்து விட்டது. எருமை ஊர்த்தியில் கூற்றுவனென எதிரிகளுக்குத் தோற்றமளித்து மதி கலங்கச் செய்த சேரனின் படைகள் இறுதியில் வெற்றி வாகை சூடியது. கனகனும் விசயனும்

தேர்வீரர்கள் ஐம்பத்தி இருவருடன் சிறையெடுக்கப்பட்டார்கள். அவர்களுக்குத் துணையாக வந்த மற்ற மன்னர்கள் ஜைன முனிவர்களாகவும், பாடகர்களாகவும், வாத்தியக்காரர்களாகவும் மாறு வேடம் தரித்து யாருமறியாமல் பல இடங்களில் பதுங்கிக்கொண்டார்கள். சேர மன்னன் செங்குட்டுவனிற்கும் கனக விசயனிற்கும் நடந்த போர் பதினெட்டே நாழிகையில் முடிவடைந்தது.

சேரன் சூளுரைத்ததிற்கிணங்க பத்தினிக் கடவுளுக்கான நடுகல்லை இமயமலையிலிருந்து எடுக்கச்செய்து கனக விசய மன்னர்களின் கதிர்முடி மேல் ஏற்றிக்கொண்டு அதை புனித நீராட்ட கங்கையாற்றின் வடக்கு திசையை வந்தடைந்தான். முறைப்படி ஆகம விதிகளுடன் கங்கை நீரில் நீராட்டி அனைத்து வீரர்களுக்கும் அவர்களின் மாபெரும் வெற்றிக்கு பரிசாக பொன்னால் ஆன வாகைப் பூக்களை வெகுமதியளித்து மகிழ்ந்தான்..

இமயத்திலிருந்து கொண்டு வந்த நடுகல்லில் கண்ணகியின் உருவத்தைப் பொறித்து அணிகலன்கள் பூட்டி அலங்கரித்து எட்டு திக்கு தேவதைகளுக்குமான வேள்விகள் செய்து அந்த விழாவை சேர மன்னன் மாபெரும் உற்சவமாகக் கொண்டாடினான். மாடலன் என்ற மறையோனின் அறிவுரைப்படி சேர மன்னன் சினம் தணிந்து போரில் சிறை பிடித்து வஞ்சிமா நகருக்குக் கொண்டு வந்த கனக விசய மன்னர்களை மன்னித்து சிறையிலிருந்து விடுவித்தான். கண்ணகிக்கு கோயில் எடுத்த பெரு விழாவில் கனக விசயர், இலங்கை மன்னன், மாழுவ மன்னன், குடகக் கொங்கர் முதலானோர் கலந்து சிறப்பு செய்தனர். அவனுக்குக் கப்பம் செலுத்தும் அனைத்து குறு நில மன்னர்களையும் அழைத்து தத்தம் திரைகளைக் கொண்டு வந்து கொடுத்து கண்ணகியை வணங்கும்படி செய்தான். கண்ணைகியின் நடுகல்லிற்கு தினசரி பூசை செய்ய அவளின் உற்ற தோழியான தேவந்தியையே நியமித்தான்.

தூரத்தே சிரிப்பொலி கேட்டது. எழிலாடனும், கருங்குழலியும் கைகளைக் கோர்த்துக்கொண்டு அங்கு வந்து கொண்டிருந்தார்கள். இருவரும் முதலில் தேவந்தியிடம் சிரம் தாழ்த்தி தங்களின் மரியாதையை செலுத்தினார்கள்.

எழிலாடன் தன் காதலியிடம் முன்பொரு நாள் அவளின் தோழி தன்னிடம் தூது வந்ததையும், தான் எதிர்பார்த்து ஏமாந்ததையும், தோழி விடைபெற்றுச் செல்லும் போது ஒரு பெண் தலைவிரி கோலத்தில் திருச்செங்குன்றினில் சென்றதைக் கண்டதும், அந்தப் புனிதவதி தான் தாங்கள் இப்போது வழி பட வந்திருக்கும் கற்புக்கரசியாம் கண்ணகி என்று ஓரே மூச்சில் சொல்லி முடித்தான். இவையனைத்தையும் கேட்டுக்கொண்டிருந்த தேவந்தி தன் தோழியுடன் வாழ்ந்த நாட்களை மீட்டுக்கொண்டு வந்து மீண்டுமொருமுறை வாழ ஆரம்பித்தாள். ஒரு நாள் கண்ணகி கோவலனைப் பற்றி தான் கண்ட துர்கனவினை தேவந்தியிடம் கூறி மறுகியபோது அக்கனவை தான் பழித்ததிற்காக இப்போது மிகவும் வருந்தி நெஞ்சு வெடிக்கும் சோத்துடன் கண்ணகியின் சிலைமுன்பு கவிழ்ந்து கண்கள் மூடி கண்ணீர் விட்டழுதாள். அவளின் தோளினை ஆறுதலுடன் ஒரு கை அரவணைக்கும் உணர்வு மேலிட திடுக்கிட்டு கண்களைத் திறந்து கண்ணகி சிலையை உற்றுப் பார்த்தாள். மீண்டும் கண்ணகி உயிர்த்தெழுந்து தான் மட்டும் அறியும் பொருட்டு ஆறுதலாக புன்னகைத்தது போல தோன்றியது தேவந்திக்கு.

7

ரண கீர்த்தி_ஆமர்கழி

வானவ மாதேவி அன்று ஏனோ இனம் புரியாத குழப்பத்திற்கு ஆட்பட்டிருந்தாள். குழம்பிய மனதில் தெளிவிருக்காது என்பதற்கிணங்க அன்புடன் உணவு படைக்கும் தாதிமார்களிடம் எரிந்து விழுந்தாள். தான் செய்வது தவறு என்று உணர்ந்தும் தன் தற்போதைய நிலைக்குக் காரணத்தை கண்டறிய இயலாமல் நிலை தடுமாறினாள்.

அரசரைக் கண்டு பத்து தினங்களுக்கு மேலாகிவிட்டதால் அதற்கான காரணத்தை யாரிடம் கேட்கலாம் என்று மறுகிக்கொண்டிருந்தாள். தன் நெருங்கிய அந்தரங்க தோழியிடம் கேட்டால் என்ன என்று முதலில் யோசித்தாள். அவளுக்கு அந்தப்புரமே அனைத்துமென்றாகிப்போக வெளியுலகத்தில் நடக்கும் செய்திகளைப் பற்றி அவளிடம் கேட்டு எந்தவிதப் பயனும் இல்லை என்ற முடிவிற்கு வந்தாள். அடுத்து தலைமைத் தாதியிடம் காரணம் கேட்க நினைத்தாள். அப்படிக் கேட்டால் தனக்காக அனைவரையும் அழைத்து ஒரு பெரிய ஆர்ப்பாட்டமே நடத்திவிடுவாள் என்பதினால் அந்த முயற்சியையும் கைவிட்டாள். அப்போதுதான் அவளுக்கு அரசரின் முழு நம்பிக்கைக்கு பாத்திரமான அந்தப்புர சேவகன் அமர்கழி நினைவிற்கு வந்தான். உண்மையில் “சேவகர்” என்ற சொல்லானது உயர் பதவி வகித்த மறவர்களையே பெரும்பாலும் குறிக்கும். இவர்கள் அரசர்களிடம் மெய்க்காப்பாளராகவோ, படைத்தலைவராகவோ, சிற்றரசர்களாகவோ கூட இருந்துள்ளனர்.

அமர்கழி அன்றிரவு அந்தப்புரத்தில் கேட்ட வழக்கத்திற்கு மாறான சப்தத்தைப்பற்றி அங்கு பணி புரியும் பெண் ஏவலாளிகளிடம் விசாரணை நடத்திக்கொண்டிருந்தான்.

முக்கியமாக சமீபத்தில் பணிக்குச் சேர்ந்த ஒரு சிலரையும் கடுமையான விசாரணைக்குட்படுத்தினான். பாதுகாப்பு கருதி அந்தப்புர காவலிற்கு வழக்கத்திற்கு மாறாக மேலும் பலரை நியமித்திருந்தான்.

அப்போது வானவ மாதேவியின் அந்தரங்கத் தோழி அமர்கழியைப் பார்க்க வந்தாள். மகாராணியின் நிலை பற்றிக் கூறினாள். அனைத்தையும் கேட்ட அமர்கழி அளவான புன்சிரிப்புடன் தோழியைத் தொடர்ந்து அந்தப்புரத்திற்குள் நுழைந்தான்.

“அமர்கழி, அரசர் ஏதோ மிகந்த துக்கத்துடன் இருப்பது போல எனக்குத் தோன்றுகிறது. ஏதேனும் நாட்டில் பிரச்சினையா? நிலை கொள்ளாமல் குழம்பித் தவிக்கிறேன் நான்” என்றாள் வானவ மாதேவி. தற்போது நாட்டில் ஏற்பட்டிருக்கும் அவசர நிலை பற்றி மகாராணியிடம் கூறலாமா வேண்டாமா என்ற குழப்பத்திலிருந்து மீள ஒரு சில நொடிகள் எடுத்துக்கொண்ட அமர்கழி ராஜ்ஜிய பரிபாலன விஷயங்களைப் பற்றி அரசரே ராணியாரிடம் கூறுவதுதான் சரியாக இருக்கும் என்று தீர்மானித்தான். “அப்படியெல்லாம் ஒன்றும் இல்லை மகாராணி. அதிக பணி நிமித்தம் அரசர் சற்று களைப்படைந்திருக்கலாம். தாங்கள் இந்த அளவிற்கு வருத்தப்பட எதுவும் நடக்கவில்லை” என்று கூறினான். அமர்கழியின் பதிலில் திருப்தியடையாத வானவ மாதேவி “ நான் ஏற்கனவே உன்னிடம் இந்த பதிலைத்தான் எதிர்பார்த்தேன். ராஜ விசுவாசியான நீ அவ்வளவு எளிதில் ரகசியங்களைக் கூறுவிடுவாயா என்ன?” என்று அவனைப் போக அனுமதித்தாள்.

அன்று இரவு பாண்டிய மன்னன் பராந்தக வீர நாராயணன் அந்தப்புரத்திற்கு வருவதிற்கான ஆயத்தப் பணிகள் குறித்து முன்னெச்சறிக்கையாக சில நடவடிக்கைகளை அமர்கழி எடுத்திருந்தான். மன்னர் அந்தப்புரத்தில் தங்கும் நேரம், அவர் விரும்பி உண்ணும் உணவு, என்று அனைத்தையும் முன் கூட்டியே தீர்மானித்தான். அந்தப்புரத்தில் இருக்கும் தலைமைத் தாதியிடம் தந்தத்தினால் ஆன சதுரங்கப் பலகையில் காய்களை அடுக்கி மன்னரின் பார்வையில் படுமாறு வைக்கச்சொன்னான். அந்தப்புரக் காவலன் அமர்கழி, மன்னரின் நம்பிக்கைக்கு உரிய இரண கீர்த்தி

மற்றும் அரசரின் பாதுகாப்பு கருதி பயிற்சி பெற்ற சில வீரர்களுடன் மன்னர் பராந்தக வீர நாராயணன் வானவ மாதேவியைக் காண அந்தப்புரத்திற்கு வந்தார்.

இரண கீர்த்தியையும் அமரகழியையும் தவிர்த்து அனைவரையும் வெளியே காத்திருக்கச் சொன்ன மன்னன் தன் தேவியின் வாடிய முகம் காண வருத்தமுற்றார். அருகில் இருக்கும் சதுரங்கப்பலகையில் இருக்கும் காயை முதலில் நகர்த்தி வானவ மாதேவியைப் பார்க்க அவளும் அவள் பங்கிற்கு எதிர் திசையில் மறு காயை நகர்த்தினாள். சிறிது நேர விளையாட்டிற்குப் பிறகு பழச்சாறு கொண்டு வந்த வானவ மாதேவியை முதன் முதலாகப் பார்ப்பது போலப் பார்த்தார். அவளின் கைகளை ஆதரவாகப் பற்றிக்கொண்டு அருகில் வந்து அமரச் சொன்னார். “திருப்புறம்பியம் போர் முடிந்து இப்போது தான், அண்ணன் இரண்டாம் வரகுணனிடமிருந்து ஆட்சிப் பொறுப்பை நான் ஏற்றுக்கொண்டது போல இருக்கிறது. அதற்குள் இருபத்தி ஏழு ஆண்டுகள் ஆகப்போகிறது. நாட்கள்தான் எப்படி இறக்கை கட்டிக்கொண்டு பறக்கிறது பார்த்தாயா தேவி?” என்றார். அதற்கு வானவ மாதேவி பதில் ஏதும் கூறாமல் திருப்புறம்பியம் போர் பற்றி மீண்டும் ஒரு முறை நினைத்துப் பார்த்தாள்.

கொள்ளிடத்தின் கரையில் இருக்கும் திருப்புறம்பியம் என்ற இடத்தில்தான் பல்லவ மன்னன் அபராசிதவர்மனுக்கும் பாண்டிய மன்னன் இரண்டாம் வரகுணனுக்கும் கி.பி.885 ஆண்டில் போர் நடந்தது. இதில் ஆதித்த சோழன், மற்றும் கங்க மன்னன் முதலாம் பிரதிவிபதி பல்லவருடன் சேர்ந்து பாண்டியனை எதிர்த்து போர் புரிந்தார்கள். இறுதியில் பாண்டிய மன்னன் இரண்டாம் வரகுணன் தோற்றான். இந்தத் தோல்வியினால் பெரிதும் மனமுடைந்த இரண்டாம் வரகுணன் தன் இளைய சகோதரன் பராந்தக வீர நாராயணனிடன் ஆட்சிப் பொறுப்பை அளித்துவிட்டு சிவ தர்மத்தில் தன்னை முழுவதும் ஈடுபடுத்திக்கொண்டான். இவையனைத்தும் நடந்து முடிந்து இருபத்தி ஏழு ஆண்டுகள் ஆகிவிட்டது.

“நான் உன்னிடம் ஒன்றைக் கூற மறந்துவிட்டேன் தேவி. சேரமான் பெருமான் நாயனார் நம் நாட்டின் மேல் போர் தொடுப்பதற்கான ரகசியப்பணிகளைச் செய்வதாக நம் ஒற்றர்கள்

செய்தி அனுப்பியிருக்கிறார்கள். அதற்கான வேலைகளில் நான் நேரடியாக ஈடுபடவேண்டியிருந்ததால்தான் மகாராணியைக் காண சிறிது தாமதமானது" என்றார். "நீங்கள் நினைப்பது போல் அப்படியெல்லாம் இல்லை அரசே. அமர்கழி என்னிடம் தங்களைப் பற்றி அவ்வப்போது கூறிக்கொண்டுதான் இருக்கிறான்" என்று அவனைப் பார்த்துக் குறும்பாகச் சிரித்தாள். இதைக் கவனித்த இரண கீர்த்தி அரசிக்கும் அமர்கழிக்கும் இடையில் உரிமையுடன் நடந்து கொண்டிருக்கும் ரகசியச் சீண்டலை ரசித்தவாறே அமைதியாக நின்று கொண்டிருந்தான். அரசர் விடைபெறும் போது அவரின் சால்வையின் நுனி, காற்றில் பறந்து சதுரங்கப் பலகையில் அவர் பக்கம் இருக்கும் இரண்டு கோட்டைகளை கீழே தட்டிவிட யாரும் அறியாதவாறு வானவ மாதேவி அதை மீண்டும் சதுரங்கப் பலகையில் எடுத்து வைத்தாள்.

அந்த நாளும் வந்தது. சேரமான் பெருமாள் நாயனார் பாண்டிய மன்னர் பராந்தக வீர நாராயணனுடன் போர் புரிய நாளையும் தீர்மானித்து பறையறிவிப்பும் செய்துவிட்டார். முதல் கட்டமாக சேரனின் படைகள் கரைக்கோட்டையை முற்றுகையிட்டது. சேரனின் படைகள் புற்றீசலைப் போல கோட்டையைச் சுற்றிலும் சூழ்ந்து கொண்டனர். கோட்டை மதிலைச் சுற்றி வளைத்த உழிஞைத் திணை வீரர்களை கோட்டைக்குள் புகாமல் தடுத்து பாண்டிய வீரர்கள் போரிட்டார்கள். அப்படி போரிடும் போது பகைவருக்கு எதிராக தம்முடைய மதிலைக் காத்து நிற்கும் நொச்சித் திணை வீரர்கள் கழுத்தில் நொச்சி மாலையைச் சூடி போர் புரிந்தார்கள். மதிலைச்சுற்றி இருக்கும் அகழிகள் மதிலைப்பிடிக்க வரும் வீரர்களின் முன்னேற்றத்தை தடுக்கும் விதமாக பல தடைகளுடன் அமைந்திருக்கும். எனவே, இவ்வகழிகளை பாண்டிய வீரர்கள் அழிக்காது போரிடுவார்கள்.

பாண்டிய மன்னனின் பிரியத்திற்கு நம்பிக்கைக்கும் ஆளான இரண கீர்த்தியும், அமர்கழி என்ற உள்வீட்டு சேவகனும் கோட்டை அழியாது காப்பதற்காக உக்கிரமான எதிர்த் தாக்குதலில் ஈடுபட்டார்கள். இவர்கள் தங்கள் கணைகளால் பல சேர வீரர்களை கொன்று சாய்த்தனர். கோட்டை மதிலில் ஏற முயன்ற பலரின் முயற்சிகளை இந்த இருவீரர்கள் வெகு திறமையாக முறியடித்தர்கள்.

சில சேர வீரர்கள் அகழிக்கு அப்பால் நின்றுகொண்டு தங்களின் வீரத்தை பெருமையாகப் பிதற்றிக்கொண்டும் அதே சமயம் பாண்டியர்களின் வீரத்தை இழிவாகப் பேசிக்கொண்டும் அவர்களை வீண் வம்பிற்கு இழுத்தார்கள். கோட்டையின் பிரதான வாயிலில் நின்றுகொண்டிருந்த பாண்டிய வீரர்கள் எதற்கும் உணர்ச்சிவயப்படாமல் படைத் தளபதிகள் தங்களுக்கு பணித்த கட்டளையை மட்டும் சிரமேற்று நிறைவேற்றிக்கொண்டிருந்தார்கள்.

அகழியைத் தாண்டி கோட்டை வாயிலை இணைக்கும் மரப் பாலத்தை கோட்டை வாயிலுடன் சேர்த்து உயர்த்திக் கட்டியிருந்தார்கள். அதன் மேல் பல திசைகளிலிருந்து பாய்ந்த அம்புகளும் வேல்களும் ஈட்டிகளும் முனை பிளந்து ஒரு சிறிய மலைபோல் குவிந்திருந்தது. கோட்டை மதில் சுவர்களிலிருந்து பாண்டியர்களின் அம்புகள் வெடித்துச் சிதறும் எரிமலையின் வாயிலிருந்து சீறிக் கிளம்பும் அக்கினிச் சுவாலையை ஒத்திருந்தது. போரின் இரைச்சலுடன் ஒத்திசைவில்லாமல் தயங்கியபடி விழுந்த மழைத் துளிகள் படை வீரர்களின் கேடயங்களில் பட்டு ஆவியாகப் போனது.

அந்தப்புரத்தில் வழமைக்கு மாறான அசௌகரியமான அமைதி சூழ்ந்திருந்தது. குறுக்கும் நெடுக்குமாக தேனீக்களின் சுறுசுறுப்புடன் வலம் வரும் சேடிப் பெண்களின் வளையல் ஓசை கேட்கவில்லை. அரசர் அந்தப்புரத்திலிருந்து கிளம்பும் போது சதுரங்கப் பலகையிலிருந்து கீழே விழுந்த இரண்டு காய்களை மீண்டும் நினைத்துப் பார்க்க வானவ மாதேவி மெலிதாக நடுங்க ஆரம்பித்தாள். அரசர் வெற்றி வாகை சூடவும், அவரின் மெய் சேவகர்களான இரண கீர்த்திக்கும் அமர் கழிக்கும் தான் அஞ்சுவது போல ஏதும் நடந்துவிடக்கூடாது என்று மனதுருக வேண்டிக்கொண்டாள். தலைமைத் தாதி அனைத்து வேலைகளையும் மற்றவர்களிடம் பங்களித்துவிட்டு வானவ மாதேவியை விட்டுப்பிரியாமல் அவளுடனேயே இருந்து அதிக அக்கரையுடன் கவனித்துக்கொண்டாள். அடிக்கடி போர் பற்றிய செய்திகளை முழுவதும் கேட்டறிந்து பக்குவத்துடன் வேண்டுமளவு மட்டும் வானவ மாதேவியுடன் பகிர்ந்துகொண்டாள்.

மேற்கில் ஆதவன் மறைவதற்கான முதல் முயற்சியாக மேகத்தினை சென்னிறமாக்கியது. பின் முரசறைந்து போரை நிறுத்தினார்கள். சூரைக்காற்றுடன் மழை தொடர்ந்து பொழிந்துகொண்டிருந்தது. நன்பகற் பொழுதில் முரலாத தும்பிகள் இப்போது வந்து ஒலித்தன. அந்தப்புர மாடத்தில் இருக்கும் விளக்கு காற்றில் தடுமாற உயர்ந்த மரத்தில் இருந்து கூகை குழறியது. நிலை கொள்ளாது தடுமாற்றத்துடன் வானவ மாதேவி தலைமைத்தாதியின் அருகில் வந்து என்னையும் அறியாமல் எனக்கு உறக்கமுண்டாகிறது" என்று கூறி அவளின் மடியில் ஒரு குழந்தையைப் போல் சுருண்டு படுத்துக்கொண்டாள். தலைமைத் தாதி அவளின் தலையை பாசமாக கோதிவிட்டுக்கொண்டே "நம் சேவகர்கள் இரண கீர்த்தி, அமர்கழி இருக்கும் வரை நம் அரசரை எவராலும் எதுவும் செய்யமுடியாது. எதற்கும் கலங்காதே" என்று தைரியம் வளர்த்தாள். தூரத்தே துடி, முரசம், வளை, வயிர் இசைக்கருவிகள் முழங்கும் சப்தம் குறைந்துகொண்டே வந்தது. மழையில் நனைந்துகொண்டே வீரன் ஒருவன் அந்தபுர வாயிலில் அனுமதிக்காகக் காத்திருந்தான். இதைக் கேள்விப்பட்ட தலைமைத் தாதி போர் வீரனை அங்கேயே காத்திருக்க பணித்தாள். இந்த செய்தியை அந்தப்புரத்தில் இருக்கும் மற்ற எவரிடமும் கூறக்கூடாது என்று எச்சரிக்கைசெய்து அனுப்பினாள். வானவமாதேவி துயில் கலைந்த பிறகு அவளிடம் பக்குவமாக இந்தச் செய்தியைக் கூறவேண்டும் என்று தீர்மானித்து அவளைக் காண வந்தாள்.

"மகாராணி அவர்களின் சமூகத்திற்கு என் சிரம் தாழ்ந்த பணிவான வணக்கங்கள். அரசரிடம் இருந்து முக்கியமான செய்தி ஒன்றைக் கொண்டுவந்திருக்கிறேன்" என்று அரசியின் அனுமதிக்காகக் காத்திருந்தான் அந்தப் படைவீரன். "கொழுவூர்க்கூற்றத்தின் பெருந்தலைவனாக இருந்த பொருமூர்த்தி என்பவன் இரண கீர்த்தி மற்றும் அமர்கழி இருவரையும் குத்திக்கொன்றுவிட்டான்". இதைக் கேட்ட வானவ மாதேவி திடுக்கிட்டு துயில் கலைந்து தான் கண்டது கனவு என்று அறிந்து கண் விழித்தபோது போது தலைமைத் தாதி அவள் முன் தயங்கியபடி நின்றிருந்தாள்.

(பராந்தகன் வீரநாராயணனுடைய **27**வது ஆட்சியாண்டில், சேரமான் பெருமாள் நாயனார் (**63** நாயன்மார்களில் ஒருவர்) பாண்டியருடன் போரிட்டார். சேரமானின் படைகள் கரைக்கோட்டை என்னும் கோட்டையை அழிக்கச்சென்றன. அதைக்காத்து எதிர்ப்படையினரை பாண்டியப்படை கொன்றன. இது மதில்போராகும். சேரவீரர்களில் ரணகீர்த்தி -அமர்க்கழி என இருவரும் சேவகர்களாக இருந்தனர். பாண்டியப்படையின் பெருமூர்த்தி என்பவர்தான் இங்கு கொழுவூர்க்கூற்றத்தின் பெருந்தலைவனாக இருந்தவன்.இவன் மேற்கண்ட சேவகர்களை குத்திக் கொன்றொழித்தான்.ரணகீர்த்தியின் நினைவாக இந்நடுகல் எடுக்கப்பட்டது)

8

ஓரே ஒரு ஊரிலே

சரியாக காலை ஏழு மணிக்கு ஒரு முறையும், மலை ஆறு மணிக்கு ஒரு முறையும் அரைத் தூக்கத்தில் கைகளை மேலே உயர்த்தி சோம்பேறித்தனத்துடன் கொட்டாவி விடுவது போல் பஞ்சாலையின் சங்கு ஒலிக்கும். பஞ்சாலைக்குச் செல்லும் வழியில் இருக்கும் தட்டோடு பதித்த ஒரு சிறிய டீக்கடையில் காலை நேரத்தை விட மாலையில் கொஞ்சம் கூட்டம் அதிகமாகவே இருக்கும். பணி முடிந்து வீடு திரும்பும் தொழிலாளிகள் தங்களின் சங்க வேலைகளைக் குறித்து அங்கேதான் நெடு நேரம் பேசி முடித்து அங்கேயே தீர்மானமும் எடுத்துவிடுவார்கள். டீக்கடை நடத்தும் முத்தையாவும் அவர்களில் ஒருவனாக விவாதத்தில் உரிமையாக தானும் சேர்ந்து கொள்வான்.

"நம்ம அய்யாத்துரை மில்லுலே வேலைக்குச் சேந்து ஐம்பது வருசத்துக்கு மேலே ஆயிடுச்சாம். நாளைக்குதான் வேலைக்கு கடைசி நாளுன்னு மேஸ்திரி சொன்னாரு. அவருக்கு நம்ம சங்கத்து சார்பா எல்லாரும் சேந்து கௌரவம் செய்யனும்". அய்யாத்துரையின் வயதையொத்த தொழிலாளி சோணைமுத்து பேச்சை ஆரம்பித்தார். "இன்னும் ரெண்டு வருசம் வேலை பாக்கரீங்களான்னு சூப்ரவைசர் கேட்டப்போ கூட முடியாதுன்னுட்டாராமே, அது யாருக்காவது தெரியுமா?". அனைவரையும் சிறிது நேரம் வியப்பிலாழ்த்திய திருப்தியில் நீல மேகம் கேள்வி கேட்க, தூரத்தே அய்யாத்துரை அவர்களை நோக்கி சைக்கிளில் மெதுவாக வந்துகொண்டிருந்தார்.

இந்த வயதிலும் கட்டுக்கோப்பான உடல் வாகு. நரை முடிகளின் அவசர ஆதிக்கத்துக்கு பதிலடி கொடுக்கும் வண்ணம் கருத்த முடிகளும் அதே அளவில் இளமைத் துள்ளலுடன்

எட்டிப்பார்த்தது. "அண்ணனுக்கு ஒரு டீ" என்று அதிகாரமாக தங்களுக்கிடையே இருக்கும் நெருக்கத்தை சக தோழர்களுக்குக் காட்டினான் சோணை முத்து. டீயைக் குடித்துக்கொண்டே கடைக்கு வேளியே வந்தார் அய்யாத்துரை. அவரைச் சூழ்ந்து கொண்டு மற்றவர்களும் வெளியே போட்டிருந்த மர பெஞ்சில் வந்தமர்ந்தார்கள். கண்மாயின் குளிர்ந்த காற்று அனைவரையும் சிறிது நேரம் தன்னிலை மறக்கச் செய்தது.

"நாளையோட வேலைக்கு கடைசி நாள். இப்போதான் வேலைக்கு சேந்தது மாதிரி இருக்கு. அதுக்குள்ளே நாப்பது வருஷம் கண் மூடி தொறக்கரத்துக்குள்ளே ஓடிடிச்சு. இத்தனை நாளு என் குடும்பத்துக்கு உழைச்சேன். இனிமே என் ஐயன் சோணைச்சாமிக்கும், கருப்புச் சாமிக்கும் சேவகம் பாத்து மிச்ச நாளை சந்தோசமா ஓட்டிடுவேன்". அய்யாத்துரையின் பேச்சில் நிறைவாக வாழ்ந்த திருப்தி தெரிந்தது. இனிமேல் வாழ்வதற்கான அர்த்தமும் புரிந்தது.

அய்யாத்துரையை தொழிலாளியாகத் தெரிந்த அனைவருக்கும் அவர் ஒரு மிகச் சிறந்த நாட்டுப்புறப் பாடகர் என்று நிச்சயம் தெரியும். நெற்காவல், நீர்க்காவல், ஊர்க்காவல் என்று கிராமங்களில் காவல்காத்து வரும் குடும்பங்களில் அய்யாத்துரையின் குடும்பமும் ஒன்று. தெய்வங்களாகிப் போன அவரது மூதாதையர்கள் வீர மணியம், முத்திருளாண்டி மணியம் இருவரைப் பற்றி தானே பாட்டெழுதி பாடும் திறமைப் பெற்றவர். அந்த இருவரும் கிழக்குச் சீமையிலிருந்து சிறுவாலை ஜமீனிடம் வேலை பார்க்கக் கிளம்புவதிலிருந்து இறுதியில் காவல் பணியில் உயிர்விட்டு பட்டவர்களாகும் வரை அனைத்தையும் தொகுத்து ஒரு கதை போலப் பாடுவார். முதலில் கட்டை கொடுத்த கம்மாளன், உடுக்கை கொடுத்த உத்தமன், சத்தம் கொடுத்த சாம்பசிவன் என அனைத்து தெய்வங்களையும் பணிந்து வணங்கிவிட்டு கதையைத் தொடங்குவார்.

கருக்கல் நேரம். உழவர்கள் ஏரை தோளில் சுமந்துக்கொண்டு அன்றைய கதைகளை பேசிக்கொண்டே நடந்து கொண்டிருந்தார்கள். அவர்களுக்கு முன் உழவு மாடுகளும் தத்தம் வீடுகளில் தயாராய் வைத்திருக்கும் கழனிப்பானையை

நினைத்துகொண்டே வேகமாய் நடந்தன. தூரத்தே கூட்டமாகத் தெரியும் பூவரசு மரங்களுக்கிடையில் கமலை ஏற்றத்தின் ஒலி தொடர்ந்து கேட்டுக்கொண்டேயிருந்தது. பெருகி ஓடும் நீரின் சலசலப்புடன் கூடடையும் பறவைகளின் ஒலியினை ரசித்து கேட்டுக்கொண்டே வீரண மணியம் தன் மகன் முத்திருளாண்டியைப் பார்த்தார். அவனோ மலைகளுக்கிடையில் ஊஞ்சல் ஆடிக்கொண்டே மறையும் ஆதவனின் அழகை ரசித்துக்கொண்டிருந்தான். உயர்ந்து கம்பீரமாக குதிரையில் அமர்ந்திருக்கும் ஐய்யனார் கோயிலின் முன் இருக்கும் பலி பீடத்தில் யாரோ ஒரு அகல் விளக்கை ஏற்றியிருந்தார்கள். தந்தை வீரண மணியமும் அவருடைய தனயன் முத்திருளாண்டி மணியமும் புட்டுத் தோப்பிலிருந்து சிறு வாலை ஜமீனின் அழைப்பிற்கிணங்க காவல் வேலைக்குச் செல்கின்றனர். சிறுவாலை போகும் வழியில் ஆளுக்கொரு பெட்டியுடன் இருவரும் பிரிந்து விடுகிறார்கள்.

இருளப்ப சுவாமியுடன் இருபத்தோரு தெய்வங்கள் அடங்கிய பெட்டியை தலையில் சுமந்து கொண்டு தந்தை வீரண மணியம் வந்து சேர்ந்தது அலங்காநல்லூர் சாலையில் இருக்கும் அரியூர் மந்தை ஐயன் படிவாசல். அரியூர் மந்தைக்கு அவர் வரும் போது நன்றாக இருட்டிவிட்டது. அவர் தலையில் சுமந்து கொண்டு வந்த பெட்டியை கீழே இறக்கி வைத்து விட்டு அங்கிருந்த கோனாரிடம் தான் வந்த விபரத்தை சொல்கிறார். பிரயாணக் களைப்பில் தாக சாந்தி செய்ய கோனாரிடம் தண்ணீர் வாங்கிக் குடித்து விட்டு கீழே இறக்கி வைத்த பெட்டியை எடுக்க முயற்சிக்க அவரால் அதை எடுக்க முடியவில்லை. மனமுருக இருளப்ப சுவாமியை வேண்டிக் கேட்க இந்த ஆலயத்தில் இங்குதான் இருப்பேன் என்று சாமி சொல்லிவிட்டது.

கோனாரும் வீரண மணியமும் சிறு வாலை சென்று ஜமீந்தாரிடம் நடந்ததைக் கூறுகிறார்கள். அனைத்தையும் பொறுமையாகக் கேட்ட ஜமீந்தார் “அரியூரும் எங்கள் ஊர்தான். கோனாருக்குக் காவலாய் இருந்து நாங்கள் மதுரைக்குச் செல்லும் போது வழியனுப்பவேண்டும். உங்களுக்கு வேண்டிய அனைத்து வசதிகளையும் நானே செய்து கொடுக்கிறேன். இருளப்ப சுவாமிக்கு வழிபாடு நடத்தி அந்த ஊரிலேயே காவல் காத்து

வாருங்கள்" என்றார். இதைக் கேட்ட வீரண மணியம் ஜமீந்தார் கூறியதை இருளப்ப சுவாமியின் அருள் வாக்காக மதித்து அரியூரிலேயே தங்கி வழிபாடுகளை மேற்கொண்டார். அந்த ஊர் மக்களும் இதையறிந்து வீரண மணியத்திற்கு வேண்டிய உதவிகளைச் செய்தார்கள்.

சில காலம் முன்பு அலங்காநல்லூரில் ஊர்வலமாக வரும் அழகருக்கு பூப்பல்லக்கு ஜோடிக்க அந்தணர் குடும்பம் அடங்கிய ஒரு கூட்டம் ஒன்று வந்து கொண்டிருந்தது. வைகையில் வெள்ளம் கரை புரண்டு ஓடியது. அழகரைக் காண வந்த மக்களும் நீர் மாலை பீச்சிக்கொண்டே வைகை ஆற்றின் ஓரம் நடந்தார்கள். அந்தணரின் குடும்பம் வைகையில் நீரருந்திவிட்டு திரும்பிப் பார்க்கையில் அந்தணரின் குழந்தையைக் காணவில்லை. பல இடங்களிலும் தேடிப்பார்த்து விட்டு குழந்தை கிடைக்காமல் போகவே அலங்காநல்லூருக்கு சென்று விட்டார்கள்.

புத்திர சோகத்தில் உழன்று செய்வதறியாது குழம்பிய வேளையில் ஒரு பெரியவர் கனவில் வினாயகர் வந்து எந்த இடத்தில் குழந்தையை அவர்கள் தொலைத்தார்களோ அதே இடத்தில் விடிந்த பிறகு வந்து பார்க்குமாறு கூறினார். நீண்ட பொழுதாக அந்த இரவு அந்தணருக்குக் கழிந்தது. விடிந்த பிறகு அவர்கள் குழந்தை காணமல் போன அந்த இடத்தில் வந்து பார்க்கும் போது அங்கே அழகர் பெருமாள், இலட்சுமி, விநாயகர், கருப்பசாமி சிலைகளுடன் குழந்தையும் குழந்தையின் தாய், தகப்பன் வடிவில் மேலும் இருவரும் இருந்தார்கள். அனைவரையும் மனதார வணங்கிய அந்தணர் குடும்பத்தினரிடம் குழந்தையின் தாய், தந்தையாக இருந்தவர்கள் சிறு வாலை ஜமீந்தார் வரும் போது இங்கு நடந்த விபரங்களை அவரிடம் கூறிவிடுங்கள் என்று சொல்லி மறைந்து விட்டார்கள்.

அங்கு வந்த ஜமீந்தார் அனைத்தையும் கேட்டறிந்து அந்த அந்தணர் குடும்பத்தை அங்கேயே தங்கி மேற்கொண்டு பூஜைகள் செய்து வழிபட வேண்டிக்கொண்டார். அதுவே பிற்காலத்தில் கோயில் பாப்பாக்குடி என்றழைக்கப்பட்டது.

இப்படியாக தந்தை வீரமணியம் அரியூரிலேயே தங்கிவிட அவருடைய தனயன் முத்திருளாண்டி மணியம் சிறுவாலைக்கு வழி கேட்டுக்கொண்டே பெட்டியுடன் அந்தணர் குடும்பம்

வசிக்கும் கோயில் பாப்பாக்குடியை வந்தடைந்தான். தான் கொண்டு வந்த பெட்டியை கீழே இறக்கி வைத்துவிட்டு அந்தணரிடம் நீர் வாங்கி தாகம் தீர அருந்தினான். கீழே இறக்கி வைத்த பெட்டியை எடுக்க எவ்வளவு முயன்றும் அவனால் முடியவில்லை. இதைப் பார்த்த அந்தணர் ஜமீந்தார் வரும் போது இதைப் பற்றித் தெரிவிக்கலாம் என்றும் அதுவரை தங்களுக்குக் காவலாக இருக்குமாறு முத்திருளாண்டி மணியத்திடம் வேண்டிக்கொண்டார்.

சில நாட்கள் கழித்து அங்கு வந்த சிறு வாலை ஜமீந்தார் விபரங்களைக் கேட்டறிந்து முத்திருளாண்டி மணியத்திடம் அவருடைய தந்தை வீரண மணியம் தற்போது அரியூரில் இருப்பதாகக் கூறினார். முத்திருளாண்டி மணியமும் அரியூர் சென்று தாய் தந்தையரைக் கண்டு விபரத்தை அறிந்தான். சில நாட்கள் கழித்து அனைவரும் ஒன்றாக கோயில் பாப்பாகுடியில் இருந்துகொண்டு ஜமீந்தார் கேட்டது போல தெய்வ காரியங்களில் தங்களை முழுவதும் ஈடுபடுத்திக்கோண்டார்கள். அமைதியாகச் சென்ற அவர்களின் வாழ்க்கையில் எதிர்பாராத விதமாக ஒரு நிகழ்ச்சி நடந்தேறியது.

வழக்கம் போல கோயில் காரியங்களை முடித்துவிட்டு தந்தையும் தனயனும் வீடு திரும்பிக்கொண்டிருந்தார்கள். அப்போது புதரினுள் யாரோ இருவர் தணிந்த குரலில் பேசிக்கொண்டிருக்கும் சப்தம் கேட்டு முத்திருளாண்டி மணியம் தந்தையை அமைதியாக இருக்கச் சொல்லி மறைவாக நின்று அவர்கள் பேசுவதை கேட்டார். அங்கிருக்கும் சில வீடுகளைக் குறிப்பிட்டு எப்படியாவது இன்று அங்கு சென்று கொள்ளையடிக்க ஒருவன் கூற மற்றவனும் அதை ஆமோதித்தான். கோயில் பற்றியும் அவர்கள் பேசிக்கொண்டார்கள். ஜமீந்தார் கோயிலிற்கு செய்த ஆபரணங்களைப் பற்றியும் யாருமறியாமல் எப்படி கோயிலிற்கு செல்லவேண்டும் என்பதையும் ஏற்கனவே பல முறை திட்டமிட்டவர்கள் போல பேசிக்கொண்டிருந்தார்கள். ஓரத்தில் நின்று கொண்டிருந்த தகப்பனாரை முத்திருளாண்டி மணியம் செய்கையால் அருகில் அழைத்தான். அந்தக் கள்வர்கள் பேசுவதைக் கேட்ட அவர் துளியும் தாமதிக்காமல் அவர்கள் எதிர்பாரத நேரத்தில் தாக்கினார். இதை எதிர்பார்க்காத

கள்வர்கள் கையில் இருக்கும் சிறிய கட்டாறியை அவர் மேல் எறிய உடனே முத்திருளாண்டி மணியம் குறுக்கே பாய்ந்தான். அவனுடைய இடது தோள்பட்டையை உரசிக்கொண்டு சென்ற கட்டாறி தந்தை வீர மணியத்தின் மார்பில் பாய அவர் சரிந்து கீழே விழுந்தார். பேசிக்கொண்டிருந்த கள்வர்கள் இருவருடன் மேலும் சிலர் அங்கு வந்து சேர முத்திருளாண்டி மணியம் அவர்களுடன் அதிகம் பேராட வேண்டி இருந்தது. அவனுடைய தந்தை உயிருக்குப் போராடிக்கொண்டிருக்க செய்வதறியாது குழம்பி நின்ற அந்த நொடியில் கள்வர்களில் ஒருவன் பின் புறமாக வந்து தாக்கினான். அதில் ஒருவன் கூரான கழியை எடுத்து வீச அது முத்திருளாண்டி மணியத்தின் நெஞ்சில் பாய்ந்தது. அதற்குள் அரவம் கேட்டு ஊர்க்காரர்கள் திரண்டு வந்தார்கள். கள்வர்களின் தாக்குதலால் உயிருக்குப் போராடும் தந்தையையும் தனயனனையும் கண்ட மக்கள் செய்வதறியாமல் குழம்பி நிற்க இருவரின் உயிரும் மெல்லப் பிரிந்தது. இருளப்ப சாமியின் கோயில் கோபுரத்திலிருந்து இரண்டு புறாக்கள் பறந்து சென்றதைக் கண்ட ஒருவன் வீரண மணியமும், முத்திருளாண்டி மணியமும் தெய்வமாகிப் போனார்கள் என்று உரத்த குரலில் கத்திக்கொண்டே ஊருக்குள்ளே ஓடினான்.

ஊரின் மேற்கே உள்ள அய்யனார் கோயிலில் பட்டவர்களான வீரண மணியத்திற்கும், அவருடைய தனயன் முத்திருளாண்டி மணியத்திற்கும் சிலை இருக்கிறது. அய்யனாரின் பரிவாரங்கள் கிராமத்திற்கே உரித்தான பகட்டான அரண்மனை, ஆடம்பரமான மாளிகையெல்லாம் விரும்பாமல் இண்டஞ்செடி, சங்கஞ்செடி மண்டிய மேடைகளில் திறந்த வெளியில் கோயில் கொண்டிருக்கிறார்கள் என்பது அதன் முக்கியச் சிறப்பு

இப்படியாக ஒரு அடர் மழைக் காலத்தில் அய்யாத்துரை நடுக் கூடத்தில் அமர்ந்து கொண்டு பேரன் பேத்திகளிடம் தன் முன்னோர்களின் கதையை சொல்லி முடிக்க அதுவரை திண்ணையில் அமர்ந்து கதை கேட்ட அந்தப் பெரியவரும், அவரின் மகனின் வயதையொத்த அந்த இளைஞனும் அங்கிருந்து வெளியேறி இருளப்ப சாமி கோயிலை நோக்கி நடந்தார்கள்.

9

காவிரிக் கரையோரம்

கல்லணையைக் கட்டிய மன்னர் கரிகாலனின் ஆட்சிக்குப்பிறகு சோழ நாடு இருகூறுகளாகப் பிரிந்து போக ஒரு பகுதியை கடற்கரை நகரமான புகாரைத் தலைநகராகக்கொண்டும், மற்றொரு பகுதியை உறையூரைத் தலைநகராகக் கொண்டும் ஆட்சி புரிந்தார்கள். இவர்களில் உறையூரை தலைநகராகக் கொண்டு ஆண்ட கோப்பொருஞ்சோழனே மிகச் சிறந்து விளங்கினான். புலவர்கள் கருவூர்ப் பெருஞ் சதுக்கத்துப் பூதநாதனார், புல்லாற்றூர் எயிற்றியினார், பொத்தியார் அறிவுரைகளுக்கிணங்க கோப்பெருஞ் சோழன் நல் ஆட்சி புரிந்துவந்தான். அப்போது ஒரு நாள்,,,,

அரண்மனையில் இருக்கும் திறந்த வெளி அரங்கில் மல் யுத்தத்திற்கான ஆயத்தப் பணிகள் நடந்துகொண்டிருந்தது. அரசர் கோப்பெருஞ்சோழனிற்காக அனைவரும் காத்திருந்தார்கள். “மாமன்னன் வாழ்க. அவன் கொற்றம் சிறக்க” என்ற மக்களின் வாழ்த்தொலி வரவேற்க கோப்பெருஞ்சோழன் அரியணையில் வந்தமர்ந்தார். அரசரின் இருபுறமும் துவார பாலகர்கள் போல அவருடைய புதல்வர்கள் இளவரசர் இளங்கோச் சோழனும் அவனுடைய தம்பி இளவரசர் செங்கோட் சோழனும் நின்று கொண்டு கைகளைத் தட்டி வீரர்களை உற்சாகப்படுத்தினார்கள்.

அரசர் கோப்பெருஞ்சோழன் தன் புதல்வர்களிடம் செய்கையால் ரகசியமாக ஏதோ உணர்த்த சிறிது நேரத்தில் மல்யுத்த உடையில் இருவரும் களம் இறங்கினார்கள். கூடியிருந்தவர்கள் அனைவரும் குரல் எழுப்பி ஆர்ப்பரித்தார்கள். வீழ்வதும், எழுவதுமான தொடர் போராட்டத்தில் இருவருக்குமான வெற்றி தோல்விகள் மாறி மாறி வந்துகொண்டிருந்தது.

வெற்றி தோல்விகள் இருவருக்குமிடயியே சரி சமமாக இருக்க அடுத்து நடக்கும் போட்டியே அவர்களின் இறுதி வெற்றியைத் தீர்மானிக்கும் போட்டியாக அமைந்தது. அதுவரை திறமையாக விளையாடிய செங்கோட் சோழன் தன் அண்ணன் வெற்றிபெறுவதற்கான சந்தர்ப்பத்தை மற்றவர்கள் யாரும் அறியாதபடிக்கு வேண்டுமென்றே ஏற்படுத்திக் கொடுத்தான். இறுதியில் வென்றது இளங்கோச் சோழனாக இருந்தும், மல்யுத்த நெறிமுறைகளை திறமையாகக் கையாண்டு விளையாடிய செங்கோட் சோழனையே அனைவரும் வியந்து பாராட்டினார்கள்.

“செங்கோடா, மிக அருமையாக விளையாடினாய். அற்புதம்” என்று தந்தை கோப்பெருஞ்சோழன் இளையவனை அணைத்துத் தழுவிப் பாராட்ட ,இனம் புரியாத ஏதோ ஒன்று முதன் முதலாக தன்னை விட்டு நழுவுவதாக உணர ஆரம்பித்தான் இளங்கோச் சோழன். இதை எப்படியே அறிந்த புலவர் பொத்தியார் மிகவும் தணிந்த குரலில் இளங்கோச் சோழனிடம் “இளவரசே, உங்கள் அளவிற்கு உலக அனுபவம் இல்லாத உங்களின் தம்பி தோல்வியால் தளர்ந்து விடாமல் இருக்கவும் அவனை மேலும் உற்சாகப்படுத்துவதற்காகவும் அரசர் அவரை சற்று மிகையாகப் புகழ்கிறார் என்று நினைக்கிறேன். நீங்கள் இருவரும் மல் யுத்தம் செய்யும் போது யாருக்கு இங்கு குழுமியிருந்த மக்கள் அதிக கரகோஷம் எழுப்பினார்கள் தெரியுமா?” என்று கேட்டுக்கொண்டே இளங்கோச் சோழனின் கைகளை அனைவரின் முன்னும் உயர்த்த அங்கிருந்தவர்கள் மீண்டும் உற்சாகக் குரல் எழுப்பினார்கள். மன்னரின் பாராட்டை விட மக்களின் பாராட்டே முக்கியம் என்று உணர்ந்த இளங்கோச் சோழனின் கண்களில் முதன் முறையாக பேராசை மிளிர்ந்தது.

இப்படியாக தந்தைக்கும் தனயனுக்குமான இடைவெளி நீண்டுகொண்டே போனாலும் புதல்வர்கள் இருவரும் ஒருவருக்கொருவர் அதிக பாசத்துடன் இருந்தார்கள். செங்கோட் சோழன் அரசரின் ஆணைக்குக் கட்டுப்பட்டாலும் அண்ணனின் கண் அசைவு ஒப்புதலிற்காகக் காத்திருப்பான். இருவருக்குமிடையே இருக்கும் அன்பின் ஆழத்தை பல சந்தர்ப்பங்களில் நேரில் கண்ட அரசர் மனதிற்குள் மகிழ்ந்தாலும்,

இளங்கோச் சோழனின் பிடிவாதத்தையும் சமீபகாலமாக அவன் கொண்டிருந்த துர் நட்புக்களையும் கண்டு மனம் வருந்தினார். ஒரு நாள் அரசர் புலவர் பொத்தியாரிடம் "அண்ணனுக்கு விட்டுக்கொடுப்பது தவறில்லை புலவரே. என்றாலும் விட்டுக் கொடுத்துக்கொண்டே இருந்தால் மூத்தவனின் பிடிவாதம் வளர்ந்துகோண்டுதானே போகும். உங்களுக்கு என்னைப்பார்க்கிலும் இளங்கோச் சோழன் மேல் அதிக அன்பும் அக்கரையும் இருக்கிறது என்று எனக்குத் தெரியும். அவனைத் தாங்கள் நிச்சயம் நல் வழி நடத்துவீர்கள் என்ற நம்பிக்கையில்தான் என் காலம் கழிகிறது " என்று இருக்கையில் தாராளமாகச் சாய்ந்து கொண்டார். தூரத்தே புலவர் எயிற்றியினார் இளங்கோச் சோழனிடம் ஏதோ பேசிக்கொண்டே அவனைத் தொடர, அவன் பதில் ஏதும் கூறாமல் செய்கையினால் அவர் கூறுவதை அலட்சியமாக மறுதலித்துக்கொண்டே அவரைக் கடந்து முன்னேறிச் சென்று கொண்டிருந்தான். இதைக் கவனித்த அரசர் புலவர் பொத்தியாரை நோக்கி "அங்கு பார்த்தீரா, வயதிலும் அறிவிலும் மூத்தவர் என்ற மரியாதை துளியும் இன்றி எப்படி நடந்துகொள்கிறான்" என்று கேட்க புலவரும் அமைதியாகப் பதிலளித்தார். "எனக்கு இது தவறாகத் தோன்றவில்லை அரசே. புலவர் எயிற்றியினாரிடம் இளவரசருக்கு அதிக உரிமை இருக்கிறது. அதில் நாம் தலையிடக்கூடாது" என்று அன்புடன் அரசரைக் கடிந்து தற்காலிக நிம்மதிச் சூழலை மன்னருக்கு ஏற்படுத்திக் கொடுத்தார்.

ஒரு நாள் அரசரும் சோழ நாட்டுப் படைத்தலைவர் பரூஉத் தலையாரியும் நீண்ட நேரம் அரசாங்க விஷயமாகப் பேசிக்கொண்டிருந்தார்கள். இதைக் கவனித்த இளங்கோச் சோழன் படைத்தலைவர் வீட்டிற்கு யாரும் அறியாமல் வேகமாக குதிரையில் விரைந்தான். "படைத்தலைவரைக் காணவேண்டும். மிகவும் அவசரம்" என்று வாசலில் நின்று உயர்த்திக் குரலெழுப்ப படைத்தலைவரின் ஒரே மகள் மணியிடை கையை இடுப்பில் வைத்துக்கொண்டு அலட்சியமாக அவன் முன் வந்து நின்றாள். "படைத்தலைவரைக் காண வேண்டுமா?" என்று விழிகளை உயர்த்திக் கேட்டுக்கொண்டே இளவரசருக்கு வழி விட்டாள். "நீ எப்படி இருக்கிறாய் மணியிடை?" என்று இளவரசர் கேட்டவுடன் துடுக்குடனே "நேற்று மாலை நான் உங்களைச்

சந்திக்கும் போது எப்படி இருந்தேனோ அதைப் போலவே இப்போதும் இருக்கிறேன்" என்று அவள் கூற இளவரசர் அவளை இறுக அணைத்துக்கொண்டார். அவரின் பிடியை விலக்குவதான பொய் பாவனையுடன் தன் சம்மதத்தை மறைமுகமாகத் தெரிவித்தாள் மணியிடை. "நீதான் இந்தச் சோழப் பேரரசின் வருங்கால இளவரசி. இப்படி வெட்கப்பட்டால் எப்படி?" என்று அவளின் முகத்தை தன் பக்கம் திருப்பி அவளையே வைத்த கண் வாங்காமல் பார்த்தான்.

கோப்பெருஞ்சோழனின் நல்ல பண்புகளுக்கு எதிர்மறையாக அவருடைய புதல்வர்கள் பல தீய குணங்களை பெற்றிருந்தார்கள். தந்தை ஆண்டுகொண்டிருந்த ஒரு சில பகுதிகளை அவர்கள் தனியாக ஆண்டுவந்தாலும் தந்தைக்கு கீழ்படியவோ அல்லது அவரின் சொல் கேட்டு அதன் படி நடக்கவோ அவர்கள் சித்தமாக இல்லை. அண்ணனின் கட்டளையை தலைமேற்கொண்டு நடக்கும் இளையவனும் அவனுக்கே உடன் போனான். நாடாளும் ஆசை இருவர் மனதிலும் தணியாத தீயாக வளர்ந்துகொண்டிருந்தது. தகாத நட்பு, மாண்பில்லாத புதல்வர்கள் என்றாகிப் போக முழு அரசுரிமையை அவர்களுக்கு அளிக்க அரசன் அஞ்சினார். நாட்டு மக்களின் நலம் கருதி பேராசை மிகுந்த புதல்வர்களின் ஆசைப்படி நடந்துகொள்ளாமல் ஆட்சியை தன் முழு அதிகாரத்துக்குள்ளே வைத்துக்கொண்டான். அரசரின் இந்த முடிவை அனைவரும் ஏற்றுக்கொண்டாலும் புலவர் எயிற்றியினாருக்கு இது குறித்து அரசரிடம் மாற்றுக்கருத்து இருந்தது.

நாட்களும் நகர்ந்துகோண்டே போனது. அப்போது பாண்டிய நாட்டில் பச்சைக்கிளி என்ற பெண் குளத்தில் குளித்துக்கொண்டிருந்த போது கரடி வந்து தாக்க அவளை சோழநாட்டைச் சேர்ந்த தூயன் என்பவன் காப்பாற்றினான். அவளைத் திருமணம் முடிக்க தன் ஆவலையும் தெரிவித்தான். ஆனால் பச்சைக்கிளி அதை ஏற்கவில்லை. சில காலம் கழித்து மான்வளவன் என்பவனைத் திருமணம் செய்துகொண்டு பொன்னன் என்ற குழந்தைக்குத் தாயுமானாள். இதைக் கண்டு பொறாமைப்பட்ட தூயன் பச்சைக்கிளிமேல் சந்தேகத்தீயை அவளுடைய கணவன் மான்வளவன் மனதில் வளர்க்க சினம் கொண்டு அவளை கொலையும் செய்துவிடுகிறான்.

பச்சைகிளியின் கொலையில் சோழ நாட்டுத் தூயவனும் தொடர்பு கொண்டிருக்கிறான் எனவே இந்தக் கொலைக்குக் காரணம் சோழநாடுதான் என்று பதவி ஆசையில் இளங்கோச் சோழன் பொய்ச் செய்தியை அரசருக்கு எதிராக மக்களிடையே பரப்பினான். சோழநாட்டுப் படைத்தலைவர் பரூஉத் தலையாரின் மகள் மணியிடையை இளங்கோச் சோழன் திருமணம் செய்ய விரும்புவதாகப் படைத்தலைவரிடம் கூறினான். திருமணத்திற்கு முன்பு, தான் மன்னன் ஆவதற்கு உதவுமாறு அவரிடம் வேண்டினான். பேராசையில் ஆசையில் அவரும் இளங்கோச் சோழனின் திட்டத்திற்கு உடன்பட, அண்ணனும் தம்பியும் படையுடன் தந்தையை எதிர்க்க ஆயத்தமானார்கள்.

இதை அறிந்த அரசர் தம் மக்களே ஆயினும், பிழையொழுக்கம் உடையவராதலின் அவர்களை வென்று அடக்கல் அறநெறியே என்று தீர்மானித்து படையெடுத்து வந்த புதல்வர்களை எதிர்த்துப் போரிட்டார். இதையறிந்த புலவர் எயிற்றியனார் மன்னர் கோப்பெருஞ்சோழனின் இந்த முடிவால் பெற்றெடுத்த புதல்வர்களையே பகையாகக் கொண்டான் என்ற தீராப் பழி மன்னரின் மேல் விழுமே என்று அஞ்சியதாலும் இளங்கோச் சோழனின் மேல் தான் வைத்திருந்த அளப்பறிய அன்பின் காரணமாகவும் அரசருக்கு அறிவுரை கூறி போரை நிறுத்த வழி செய்தார். செய்வதறியாது கடமைக்கும் பாசத்திற்குமிடையே சிக்கிய அரசரும் இதற்கு அரை மனதுடன் தனது சம்மதத்தைத் தெரிவித்தார்.

தன் புதல்வர்களின் மீது கொண்ட மனக்கசப்பின் காரணமாக வாழ விரும்பாத மன்னன் கோப்பெருஞ்சோழன் தனக்கு நேர்ந்த இந்த பழிச்சொல் தன் பகையரசர் செவிகளில் சென்று புகும் முன்னமே உயிர்விடத் துணிந்தான். அவைப்புலவர்கள் அனைவரையும் அழைத்து வடக்கிருந்து உயிர் நீத்து பிறவாப் பெரு நிலையை தான் அடைய விரும்புவதாகக் கூறினார். அரசன் எடுத்த முடிவை ஏற்றுக்கொண்ட புலவர்கள் வடக்கிருக்கத் துணிந்த வேந்தனைத் தடை செய்யாமல், அவரோடு தாமும் வடக்கிருந்து உயிர்விடத் துணிந்தனர்.

சோழ நாட்டின் தலைநகரான எழில் கொஞ்சும் உறையூர். கரைபுரண்டு ஓடும் வற்றா காவேரியாறு. மேடும் பள்ளமுமாகத்

தெரியும் நெடிய வெண்மணற் பரப்பு. மக்கள் கூட்டம் கூட்டமாக திரண்டு வந்து கொண்டே இருந்தார்கள். வெண்மை நிறத்தில் எளிய ஆடையை உடுத்திக்கொண்டு வடக்கு நோக்கி அமர்ந்திருந்தார் அரசர். அவரைச் சுற்றி சதுரமாக சிறிய பள்ளம் தோண்டியிருந்தார்கள். அவர் அமர்ந்திருந்த மணல் மேட்டில் தாராளமாக தர்ப்பை புற்களைப் பரப்பியிருந்தார்கள். அனைவரின் முகத்திலும் சொல்லொணா சோகம் . நேற்றுவரை அரச வாழ்வில் இன்புற்று மகிழ்ச்சியோடு வாழ்ந்து வந்த அரசன், இன்று தன் புதல்வர்களின் பேராசையால் தன் வாழ்வை வெறுத்து உண்ணா நோன்பு இருக்கத் துணிந்துவிட்டான் என்று பலரும் பலவாறு தங்களுக்குள்ளேயே பேசிக்கொண்டார்கள். அரசருடனே இருந்த புலவர் பெருமக்கள், நண்பர்கள், சுற்றத்தார் அனைவரும் அரசரை அங்கேவிட்டு பிரிய மனமில்லாமல் கண்ணீருடன் அங்கேயே இருந்தார்கள். இருள் கவியும் நேரம். ஒவ்வொருவராக அங்கிருந்து வெளியேறினார்கள். தயங்கியபடி இருள் சூழ அரசரைப் பிரிய மனம் இல்லாமல் கீற்றாகத் துளி வெளிச்சம் அவரைச் சுற்றி இருந்தது.

கோப்பொருஞ்சோழன் வடக்கிருந்து உயிர் நீக்கத் துணிந்து விட்டான் என்பதை அறிந்த புலவர் பிசிராந்தையார் அரசரைக் காண பாண்டிய நாட்டில் இருந்து புறப்பட்டுவிட்டார். காவிரி ஆற்றின் சுடுமணற் பரப்பில் பலரின் கால் தடயங்கள் பதிந்திருந்தது. அவைகளின் ஊடே இளங்கோச் சோழனின் காலடிப் பதிவுகளும் இருந்தது. அரசரை நேரில் பார்க்கத் துணிவில்லாமல் குற்ற உணர்ச்சியில் தயங்கியபடி யாரும் அறியாமல் தூரத்தே தனியாக நின்றிருந்தான். அப்போது மணற்சூடு தாங்காமல் தடுமாறியபடி ஒருவர் அங்கே வந்துகொண்டிருந்தார். அரசரை இந்த நிலையில் கண்ட அவர், மனம் வெதும்பி கண்ணீர் விட்டழுதார். வெகு தொலைவில் இருந்து நடந்து வந்த களைப்பு அவர் முகத்தில் தெரிந்தது.

“உறையூரிலிருந்து உலகாளும் அரசருக்கெல்லாம் அரசனான கோப்பெருஞ்சோழனே! எயிற்றியினார், பொத்தியார் புலவர்கள் சூழ சிறப்புடன் வாழ்ந்த பெருமானே! இயல், இசை, நாடகம் வளர்த்த வித்தகனே! எனை எங்கனம் மறந்து நீ மட்டும் தனியாக வடக்கிருந்து உயிர் நீக்கத் துணிந்தாய்? இது எப்படி

உனக்குச் சாத்தியமாயிற்று? என்று கேட்டுக்கொண்டே அரசரின் அருகில் ஏற்கனவே அவருக்காக ஒதுக்கப்பட்ட இடத்தில் வந்தமர்ந்து வடக்கிருந்து உயிர் நீக்கத் துணிந்தார்.

இவை அனைத்தையும் தூரத்தில் இருந்து பார்த்த இளங்கோச் சோழன் வந்திருப்பது அரசரின் உயிர் நண்பன் பிசிராந்தையார் என்பதை அறிந்தான். அரசரை இது நாள் வரை நேரில் சந்திக்காமல் அவரின் நல்ல பண்புகளைக் கேட்டறிந்து அவர் மேல் கொண்ட நட்பால் உயிர் விடத் துணிந்த பாண்டிய நாட்டுப் புலவர் ஒருபுறம். நாடாளும் பேராசையால் அன்பு செலுத்திய அரசரை வடக்கிருந்து உயிர் நீக்க வைத்த புதல்வர்கள் மறுபுறம். இளங்கோச் சோழன் தன்னையும் புலவரையும் ஒரு சேர வைத்துப் பார்க்க மனம் கூசினான். தந்தையின் இந்த முடிவிற்கு தான் மட்டும் தான் முழுக்காரணம் என்று அந்த நொடியில் உணர்ந்தவன் முதன் முதலாக தந்தைக்காகக் கண்ணீர் சிந்தினான். சோகம் தாளாமல் மனமுருகி மானசீகமாக தன் தந்தையிடம் வருந்தி மன்னிப்பு கேட்ட அந்த நொடியிலேயே மன்னரின் உயிரும் மெல்லப் பிரிந்தது. சிலை போல அமர்ந்திருந்த மன்னரின் கண்களின் ஓரத்தில் திரண்டிருந்த கண்ணீர்த் துளி அஸ்தமன சூரியனின் ஒளியால் சிதறுண்டு விடியலின் முதல் வெளிச்சத்தை இளங்கோச் சோழனிற்கு அடையாளம் காண்பித்தது.

சில நாட்கள் கழித்து வடக்கிருந்து உயிர் நீத்த கோப்பெருஞ்சோழனின் நினைவாக எழுப்பிய நடுகல்லை வழிபட படைத் தலைவரின் மகள் மணியிடை வந்தாள். குளிர்ந்த காவிரி நீரினால் நடு கல்லைக் கழுவி நெய். சந்தனம் சாற்றி, வாசம் மிகுந்த மாலை பூட்டி , கொண்டு வந்த வரகரிசியையும், இறைச்சியையும் முன் படைத்து ஒரு முடிவு எடுப்பதற்குக் காத்திருப்பவள் போல கண்களை மூடி நீண்ட நேரம் நின்றாள். மெல்லிய இரைச்சலுடன் சென்று கொண்டிருந்த காவிரி ஆறு மணியிடைக்கு மட்டும் கேட்கும் வகையில் சாதகமான பதிலைக் கூற சிரித்தபடியே கண்களைத் திறந்தாள். நடு கல்லின் மேல் வைத்திருந்த பூ ஒன்று பீடத்தில் விழுந்தது. அதை எடுத்து தலையில் வைத்துக்கொண்டு தகப்பனாரிடம் தன் முடிவைக் கூற உற்சாகமாக வீடு திரும்பினாள்.

10

தோவிடனின் பகை

சோழ நாட்டின் முக்கிய துறைமுக நகரங்களில் ஒன்றான காவிரிப்பூம்பட்டினத்தின் வடக்குத் திசையில் இருக்கும் சுங்கச் சாவடி. ஒரு யானை நுழையும் அளவிற்கு வளைந்த பெரிய வாயில். அதன் இருபுறமும் பொறிக்கதவு போல இரண்டு சிறிய வாயில்கள். முன்னும் பின்னும் போர் வீரர்கள் காவல் காத்துக்கொண்டிருந்தார்கள். தலைமை வாயிலின் இடது பக்கம் இருக்கும் உயர்ந்த மேடையில் சுங்க அதிகாரி செப்புக் காசுகளை எண்ணிக்கொண்டிருந்தார். அவருக்கு அருகில் கட்டப்பட்டிருந்த அரேபியக் குதிரையின் முதுகின் மேல் கச்சிதமாக பொருந்துமாறு ஒரு சந்தனப் பெட்டி இருந்தது. குதிரையின் உரிமையாளரான அந்த வியாபாரி சுங்க அதிகாரியிடம் குரல் உயர்த்தி பேசிக்கொண்டிருந்தான். அப்போது அங்கே வந்த தோவிடனும் அவனுடைய நண்பன் கார்முகிலனும் நுழை வாயிலிற்கு அருகில் அதிகாரியின் அனுமதிக்காகக் காத்திருந்தார்கள். இருவரையும் கண்ட அதிகாரி செய்கையால் அவர்களை அருகில் அழைத்தார்.

“ஆளுக்கு ஒரு செப்புக் காசு கொடுத்துவிட்டு உள்ளே போங்கள்”

“என் பெயர் தோவிடன், இவன் என் நண்பன் கார்முகிலன். நாளை இங்கே நடக்க இருக்கும் மல்யுத்தப் போட்டியில் கலந்துகொள்ள வந்திருக்கிறோம். மற்றபடி தாங்கள் நினைப்பது போல நாங்கள் ஒன்றும் வியாபாரிகள் இல்லை. இப்போதெல்லாம் வெறுங்கையுடன் உங்கள் ஊருக்கு வருபவர்களிடமிருந்து கூடவா வரி வசூலிக்கிறீர்கள்? வாழ்க சோழனின் கொற்றம்” என்று மிகத்துடுக்காக பதில் அளித்தான்.

“ஓ, நீதான் அந்த தோவிடனா?” என்று கேட்டுக்கொண்டே கணக்கு புத்தகத்தில் இருந்து அரை மனதுடன் தலையை உயர்த்தி அவனைப் பார்த்து, மீண்டும் கண்களை இடுக்கிக்கொண்டு கணக்கில் மூழ்கினார். இருவரையும் அவ்வளவு சுலபமாக அவர் உள்ளே விடுவதாய் இல்லை.

“அது சரி, நீ முதுகில் சுமந்திருக்கும் துணி மூட்டையில் என்ன இருக்கிறது என்று யாருக்குத் தெரியும்? அதை விற்றுக் காசாக்க மாட்டாய் என்பதை நான் எப்படி நம்புவேன்?”. தோவிடனை நேருக்கு நேர் பார்க்காமல் சுங்க அதிகாரி கேட்டார்.

உடனே அவன் துணிப்பையில் ஒரு கிழமை தங்குவதற்கான துணிகள் மட்டும்தான் வைத்திருக்கிறேன் என்று சுங்க அதிகாரியின் முன் மூட்டையை அவிழ்க்க எத்தனிக்க, செய்கையால் வேண்டாம் என்று இறுதியாக இருவரையும் போக அனுமதித்தான்.

தோவிடன் சிறுவனாக இருந்த போது தந்தையுடன் பல முறை காவிரிப்பூம்பட்டிணம் வந்திருக்கிறான். ஒவ்வொரு முறை இங்கு வரும்போதும் முதன் முறையாக வருவது போல உணர்வான். மாட மாளிகைகள், உப்பளத்தால் செல்வந்தர்களாகிய வணிகர்கள், வழிபாட்டுத் தலங்கள், மாட்டுத் தொழுவங்கள், சமண முனிவர்கள் தவம் செய்யும் பள்ளிகள், பார்ப்பனர் வேள்வி செய்யும் இடங்கள், பூஞ்சோலைகள், பெருமன்றங்கள் என ஒவ்வொரு இடங்களையும் வழி நெடுப் பார்த்துக்கொண்டே இருவரும் சென்றார்கள். கடல் வழியே வந்த சவாரிக் குதிரைகள், வண்டியில் வந்த மிளகு மூட்டைகள், வடமலையில் பிறந்த மணிக்கற்கள், மேற்கு மலையில் பிறந்த சந்தனம், அகில், தென்கடல் முத்து, கீழைக்கடல் பவளம், கங்கை, காவிரி-வெளி விளைச்சல்கள், ஈழத்து உணவு, காழகத்து ஆக்கம் முதலான பண்டங்கள் தெருக்களில் மண்டிக்கிடந்தன. வேடிக்கை பார்த்துக்கொண்டே சிறிது தூரம் நடந்த பிறகு எதிர்பட்ட ஒரு இளைஞனிடம் மல் யுத்தப் போட்டி நடக்க இருக்கும் இடத்திற்கு வழியைக் கேட்டான் தோவிடன்.

“இந்த சாலை வழியாக நேராகப் போ. சிறிது தூரத்தில் இருக்கும் உய்யாவனத்திற்கு இடது புறம் சென்றால் வெள்ளிடை மன்றம் வரும். அதற்கடுத்து இருக்கும் காளிக்கோட்டத்தின் எதிரில்

இருக்கும் திடலில்தான் மற்போட்டிக்கான ஆயத்த வேலைகள் நடந்துகொண்டிருக்கிறது. நீ தோவிடன்தானே?"

"ஆமான், உன் பெயர் என்ன?"

"குணசீலன். உன்னைப் பற்றி என் தந்தை அதிகம் கூறியிருக்கிறார். முடிந்தால் திடலில் நாம் சந்திக்கலாம். வாழ்த்துக்கள் நண்பா"

என்று வாழ்த்தி விடையளித்த இளைஞன் தோவிடன் செல்வதையே கண் கொட்டாமல் நெடு நேரம் பார்த்துக்கொண்டிருந்தான்.

நெடுந்தூரம் வந்த களைப்பில் ஒரு வீட்டுத் திண்ணையில் இருவரும் அமர்ந்து சுற்றும் முற்றும் பார்த்தார்கள். ஊரின் பல பகுதிகளில் எளியவர்களுக்கு உணவு அளித்து பசி தீர்க்கும் "அட்டிற் சாலைகள்" பல இருக்கும் என்பதை முன் கூட்டியே தோவிடனிற்குத் தெரியுமாதலால், முதலில் பசியாறிவிட்டு மேற்கொண்டு நடக்கலாம் என்று தீர்மானித்தான்.

காளி கோட்டத்தினைச் சுற்றி இருக்கும் நெருக்கமான குடியிருப்பைத் தாண்டி சிறிய பொட்டலில்தான் மல்யுத்தப் பயிற்சிக்கான களம் அமைக்கப்பட்டிருந்தது. மற்போர் என்பது இரண்டு ஆட்கள் ஆயுதங்கள் இல்லாமல் ஈடுபடும் ஒரு வகை தற்காப்புக் கலை ஆகும். மற்போர் களத்தை செம்மண் கொட்டி அதில் ஒரு பருக்கைக் கல் கூட இல்லாமல் சுத்தமாக மென்மையாக்கி, அதன் மீது ஆமணக்கு எண்ணை, தயிர், பால் போன்றவற்றை ஊற்றி அந்த மண்ணை வட்டைகொண்டு நன்றாக அடித்து கட்டியாக்கி வெயிலில் உலரவிடுவார்கள். ஒரு கிழமை கழித்து மண்ணை தூளாக்கி விடுவார்கள். பின்னரே அந்தத் தளத்தில் மற்போர் நடக்கும்.

முறையான பறை அறிவித்து மல்யுத்தப் போட்டிகள் தொடங்கப்பட்டது. அனைவரும் கைதட்டி ஆர்ப்பரிக்க முதலில் ஒருவன் களம் ஏறி நின்று கைகளை ஆட்டினான். கூடியிருந்தவர்கள் உற்சாகக் குரல் எழுப்பி கைகளைத் தட்டினார்கள். இப்போது அனைவருடைய கவனமும் ஒரு சேர ஓரிடத்தில் தோவிடனிற்காக நிலைத்து நின்றது. திரண்டு திமிறத்துடிக்கும் வலிமையான தோள்கள். அகன்று விரிந்து படர்ந்த மார்பு. நீண்ட கழுத்தில்

தோவிடன் அணிந்திருக்கும் கருப்புக் கயிற்றின் நுனியில் ஊசலாடும் ஒற்றைப் பவழம் அவன் நடக்கும் போது மார்பினில் அங்கும் இங்கும் தடுமாறி காற்றினை அசைத்துப் பார்த்தது. முறையான உடற் பயிற்சியினால் விளைந்த திரண்டு மிளிரும் கெண்டைக்காலின் சதை காண்போரை அச்சுறுத்தியது. தோவிடன் நடந்து வரும் போது எழும்பும் பாத அதிர்வால் மற்போர் களத்தில் இருக்கும் மெல்லிய மண் புழுதி எழும்பித் தணிய நீண்ட நேரம் ஆனது. குனிந்து இரு கைகளாலும் கள மண்ணை எடுத்து மார்பினில் பூசிக்கொண்டான் . அவனைக் காண திரண்டு வந்திருந்தவர்களை நோக்கி கைகளை அசைத்துகொண்டே களத்தை நோக்கி முன்னேற அனைவரும் “தோவிடன்! தோவிடன்! தோவிடன்!” என்று அரங்கமே அதிரும் வண்ணம் ஒருமித்துக் குரல் எழுப்பினார்கள்.

தோவிடனை எதிர்த்து களம் இறங்கிய மல்லன் ஒன்றும் சாமானியன் இல்லை. பெருமலையை ஒத்த அவனுடைய தோள்களின் கம்பீரம் தோவிடனை ஒரு நொடி தடுமாற வைத்தது. எதிராளியின் பலத்தை முதலில் கண்டறிந்து போட்டியிடுவதே ஒருவனுடைய பலம். எதிராளியின் நுட்பமான பிடிகளிலிருந்து தப்பிக்க, விசை கொண்டு தாக்க, வீழ்ந்தாலும் மீண்டும் எழ தோவிடனின் ஒவ்வொரு அசைவையும் குழுமியிருந்தவர்கள் ஆர்ப்பரித்துப் பாராட்டினார்கள். இறுதியில் யானையானது மூங்கில் கழிகளைப் பிடுங்கி காலில் வைத்து முறிப்பது போல மல்லனின் கால்களை கிள்ளி ஒடித்தான் தோவிடன்.

மூன்றாம் சாமம். பௌர்ணமி இரவு. கடல் அலைகளின் ஓசை தொடர்ந்து கேட்டுக்கொண்டே இருந்தது. காவிரிப்பூம்பட்டினத்து துறைமுகத்தில் ஆட்களின் நடமாட்டம் அதிகமாகவே இருந்தது. துறைமுகத்திற்கு புதிதாக கப்பல் வந்திருக்கவேண்டும் என்று யூகித்த தோவிடன் அறையின் சாளரத்தின் வழியாகப் பார்த்தான். அயல் நாட்டிலிருந்து வந்த வணிகர்களுக்கான தங்கும் இடத்தை நோக்கி யவணர்கள் சென்றுகொண்டிருந்தார்கள். பொருட்களை ஏற்றி இறக்கும் சப்தத்தைக் காட்டிலும் கடல் அலைகளின் இரைச்சல் அதிகமாகக் கேட்டது. இடையில் கண் விழித்த கார்முகிலன் கண்களை ஒரு முறை கசக்கிக்கொண்டு சாளரத்திற்கு அருகில் நிற்கும் தோவிடனைப் பார்த்தான்.

"தூங்காமல் என்ன செய்துகொண்டிருக்கிறாய்?" என்று கேட்டுக்கொண்டே நண்பன் அருகில் வந்து நின்று அதே சாளரத்தின் வழியாகப் பார்த்தான். நிலவின் ஒளியில் கடல் புதுப்பொலிவுடன் தோற்றமளித்தது.

"சிறிது நேரம் கடற்கரையில் உலாவிவிட்டு வரலம், வா?" என்று அழைக்க கார்முகிலனும் தன் நண்பனை பின்தொடர்ந்தான். இருவரும் நீண்ட நேரம் எதுவும் பேசாமல் கடலையே பார்த்துக்கொண்டிருந்தார்கள்.

மௌனத்தை உடைக்க கார்முகிலன்தான் முதலில் மெதுவாக நண்பனிடம் பேச்சுக்கொடுத்தான்.

"தோவிடா, நாம் இருவரும் சிறுவயதிலிருந்தே நண்பர்கள் தானே?"

"ஆமாம், அதிலென்ன சந்தேகமுனக்கு!."

"உன்னிடம் ஒன்று கேட்கவேண்டும்"

"கேள். ஏன் தயங்குகிறாய்?"

"அப்பா இறந்ததிலிருந்தே உன்னை நான் கவனித்துக்கொண்டிருக்கிறேன். முன்பு போல் நீ இல்லை. எதற்காக இந்தக் கோபம்?" அப்படி யார் மீது உனக்கு கோபம்? சுந்தர சோழன் மீதா இல்லை அவருடைய மகன் ஆதித்த கரிகாலன் மீதா? இல்லை படைத்தலைவர் பூத்து வாண்டை மீதா?

தோவிடன் எதற்கும் பதில் அளிக்காமல் கடலை வெறித்துப் பார்த்துக்கொண்டே தன் வலது கை விரல்களைக் குவித்து முஷ்டியாக்கி இடது உள்ளங்கையில் சப்தம் வாராமல் தட்டிக்கொண்டே இருந்தான். இடையிடையே அவன் உதட்டிலிருந்து வழிந்த கோரமான புன்னகையைக் கண்ட கார்முகிலன் மிகுந்த அச்சமுற்றான்.

நீண்ட நேரம் கழித்து "யார் மேல் கோபம் என்றுதானே கேட்டாய், முகிலா?. என் மேல்தான் எனக்குக் கடுங்கோபம். என்னை நானே தண்டித்துக்கொண்டால்தான் என் கோபம் தணியும்" என்று கூறினான். அவனுடைய பதிலைக் கேட்ட கார்முகிலன் தன் நண்பன் எந்தத் தவறான முடிவினையும் எடுக்கக் கூடாது என்று காளியை மனமுருக நினைத்து வேண்டிக்கொண்டான்.

சுந்தர சோழன் அரியணை ஏறியதும் ஆதித்த கரிகாலன் இளவரசனாக தேர்ந்தெடுக்கப்பட்டான். சிறுவனாக இருந்தபோதே சுந்தர சோழனுடன் போரில் பங்கேற்று வீரபாண்டியனை செவ்வூர் என்னுமிடத்தில் வெற்றிபெற்றான். அதன் பிறகு சோழ நாட்டின் வடபகுதியை ஆட்சி செய்தான். சுந்தர சோழன் ஆட்சி தொடக்கத்திலேயே ஆதித்தன் துணை அரசனாக விளங்கினான். ஒரு சமயம் தந்தையும், தனயனும் கிராமத்தின் வழியாக பயணித்த போது தோவிடன் முதன் முறையாக இருவரையும் நேருக்கு நேர் மிக அருகில் பார்த்தான். பெரும் படையுடன் அவர்கள் சென்றுக்கொண்டிருந்தர்கள். அரசருடன் அவருடைய படைத் தலைவன் பூத்துவாண்டை சுற்றும் முற்றும் சூழ்நிலைகளை அவதானித்துக்கொண்டே அரசரையும் இளவரசரையும் பாதுகாப்பாக வழி நடத்தினான். தோவிடனையே உற்றுப்பார்த்த ஆதித்தன் தன் தந்தையுடன் ஏதோ ரகசியமாகக் கூற அவரும் திரும்பிப்பார்த்தார். இருவரும் தோவிடனைப் பார்த்து கையசைக்க சலனமற்று அப்படியே நின்றுகொண்டிருந்தான் தோவிடன். ஏதோ ஒன்று அவனைக் கட்டிப்போட்டது போல அவன் உணர்ந்தான். சிறிது தூரம் சென்ற பிறகு தோவிடனை ஒரு முறை திரும்பிப் பார்த்த ஆதித்தன். மெலிதாகப் புன்னகைத்து குதிரையின் கடிவாளத்தை இழுத்துப்பிடிக்க ஒரு மாயாவியைப் போல் மேகத்தில் மறைந்தான்.

சோழனின் அடுத்த படையெடுப்பிற்காக கூடுதல் வீரர்களை தேர்ந்தெடுப்பதாக அனைத்து ஊர்களிலும் முரசொலித்து அறிவித்தார்கள். தோவிடனின் நண்பர்கள் அனைவரும் கார்முகிலன் உட்பட படைத் தேர்விற்காக சென்றார்கள். அவசரகால அடிப்படையில் அனைவருக்கும் தேவையான பயிற்சி கொடுக்கப்பட்டது. போருக்கான அந்த நாளும் வந்தது. அதை அறிந்த தோவிடன் தன் நீண்ட கால திட்டத்தை நிறைவேற்றிடத் தீர்மானித்தான். தனி அறையில் சிறிது மணலைப் பரப்பி பல வியூகங்களை வரைந்து பார்த்தான். எதிலும் அவனுக்கு முழுத் திருப்தியில்லை. முதலில் படைவீரர்க்ளை எப்படி திகைப்பிற்குள்ளாக்க வேண்டும் என்பதை அதிகம் யோசித்து அதற்கிணங்க காய்களை நகர்த்தினான்.

சோழனின் படைத்தலைவன் பூத்து வாண்டை பானைச் சுணையின் மேல் படையுடன் தாக்குதல் மேற்கொள்ளப்

போவதையறிந்த தோவிடன் முன்கூட்டியே அந்த இடத்திற்கு வந்திருந்தான். ஆங்காங்கே ஒரு சில குடியிருப்புகள். மக்கள் யாரும் சமீபத்தில் அங்கே வசித்ததிற்கான தடயங்கள் இல்லை. ஏதோ கொள்ளை நோயிற்கு அஞ்சி கிராமத்திலிருந்து அவசர அவசரமாக தத்தம் உடமைகளை அப்படியே விட்டு விட்டு வெளியேறியதைப் போல அனைத்து குடியிருப்புகளும் தோற்றமளித்தது. தோவிடன் அங்கு வந்த சேர்ந்தபோது இருள் மெல்லக் கவிழத் தொடங்கியிருந்தது. அம்மாவாசை கழிந்து ஐந்தாவது நாள். வானத்தில் விரல் விட்டு எண்ணும் அளவிற்குத்தான் நட்சத்திரங்கள் தெரிந்தது. சுற்றும் முற்றும் பார்த்தவன் ஓரிடத்தைத் தேர்ந்தெடுத்து ஒரு ஆள் பதுங்கும் அளவிற்கு ஒரு குழியைத் தோண்டினான். கொண்டுவந்திருந்த உணவுப் பொட்டலத்தைப் பிரித்து சற்றே பசியாறிவிட்டு அருகில் இருக்கும் ஒரு பாழடைந்த குடியிருப்பில் இளைப்பாறினான்.

விடிவதற்கு ஒரு நாழிகை இருக்கும் போதே பதுங்கு குழியில் மறைந்து கொண்டு காய்ந்த இலைகளால் முதலில் நிரப்பி பரவலாக மண்ணைச் சரித்து குழியின் மேற்புரத்தை முழுவதும் மறைத்தான். சுவாசத்திற்காக தாமரைத் தண்டின் ஒரு முனையை பரப்பிய மணலில் மேல் சிறிது தெரியுமாறு சொறுகிவைத்தான். தன் மடியில் இருக்கும் மட்டுவு என்ற கூரான ஆயுதத்தை விரல்களால் மெதுவாகத் தடவிக்கொடுத்தான். இருளைக் கீறியபடிக்கு அதன் இருமுனைக் கூர்மை பளபளத்து அதன் வெளிச்சம் குழிக்குள் பரவுவதைப் போல உணர்ந்தான். நொடிகள் நங்கூரமாக நகர மறுத்தது. எங்கும் பேரமைதி சூழ்ந்திருந்தது தனக்கு போரில் ஏதாவது அசம்பாவிதம் ஏற்பட்டால் அம்மாவை கார்முகிலன் பார்த்துக்கொள்வான் என்ற நம்பிக்கை போராடுவதற்கான கூடுதல் பலத்தை அவனுக்குக் கொடுத்தது.

முதலில் ஒரு சிலரின் பாத ஒலிகள் கேட்டது. அதைத் தொடர்ந்து கால் நடைகளின் சோர்வான குளம்பொளிகள். மேய்ச்சலிற்காக கால் நடைகளை ஓட்டிக்கொண்டு போகிறார்கள் என்பதை அறிந்து கொண்டான். நீண்ட நேரம் கழித்து படை வீரர்களின் தொடர் காலடி சப்தம் கேட்டது. ஒவ்வொரு ஒலியையும் மிகுந்த அக்கரையுடன் அவதானித்தான் தோவிடன்.

அவர்களைத் தொடர்ந்து குதிரைகளின் குளம்பொலி கேட்டது. பூத்து வாண்டையின் கழலின் ஒலியை தோவிடன் ஏற்கனவே நன்கு அறிந்திருந்தான். அந்த கணீர் ஒலி நெருங்கிவருவதை உணர்ந்தவன் குழியிலிருந்து வேகமாக எழுந்து பூத்து வாண்டடை படையின் முன் ஒரு மாயாவி போல் நின்றான். இதைத் துளியும் எதிர்பார்க்காத படை வீரர்கள் சற்றே நிலை தடுமாறினாலும் அனைவரும் ஒருமித்து வாளை எடுத்து தோவிடனின் முன் சுழற்றினார்கள். தோவிடனும் தன்னிடம் இருக்கும் மட்டுவை வேகமாகச் சுழற்றி தன்னைச் சுற்றி பாதுகாப்பு வளையத்தை அமைத்தான். அப்போது அவனருகில் முன்னேறி வந்த ஒரு சில படை வீரர்கள் தோவிடனின் மின்னல் தாக்குதலிற்குத் தாக்குப்பிடிக்காமல் கழுத்து, மார்பு, தோள் பகுதிகளில் பெருத்த காயங்களுடன் கீழே சரிந்தார்கள். தோவிடனின் கண்களில் தெரிந்த கோபத்தைக் கண்ட படை வீரர்கள் இனம் காண முடியாத இறுக்கமான ஒருவித அச்சத்தில் நிலை தடுமாறினார்கள். இதற்கிடையில் முகமூடியணிந்திருந்த ஒருவன் வெண் புரவியில் அமர்ந்து கையில் கட்டாறியுடன் தோவிடனை நோக்கி விரைந்து வந்தான். இந்த சந்தர்பத்தில் தோவிடன் தன் குற்றுவாளை அவன் மீது வீச அது அவனின் இடது மார்பின் மேற்புறம் உரசிச் சென்றது. முகமூடியணிந்தவன் கார்முகிலன்தான் என்பதை அறிந்த போது அவன் வெகு தூரம் சென்றிருந்தான். தொடர்ந்து தாக்குவதும், மந்திரவாதி போல படைவீரகளின் கண் முன்னே இருந்து மறைவதும், மீண்டும் சினம் கொண்ட வேங்கை போல தாக்குவதுமாக இருந்தான் தோவிடன். நீண்ட போராட்டத்திற்குப் பிறகு பானைச் சுணைக்கு அருகில் இருக்கும் காவிரிப்பூம்பட்டினத்தில் தோவிடன் வீர சாவடைந்தான். போர் சோழ நாட்டில் நடந்தது என்றாலும் போரில் இறந்த தோவிடன் காட்டேரி ஊரைச் சார்ந்தவன். ஆதலால் அவன் நினைவாக ஒரு நடுகல் அவனுடைய உறவினர்களால் அவன் பிறந்த ஊரிலேயே நடப்பட்டது.

யார் அந்த தோவிடன்? யார் சார்பில் அவன் சோழப் படையுடன் போரிட்டான்? அவனுக்கும் சோழனுக்கும் இடையே இருந்தது இருவருக்குமான தனிப் பகையா? இல்லையெனில் அதற்கு வேறேதும் முக்கியமான காரணம் இருக்கிறதா?

பிற்காலத்தில் சோழன் ஆதித்த கரிகாலனின் கொலைக்குக் காரணமானவர்கள் எப்படி சரித்திரத்தின் பக்கங்களிலிருந்து காணாமல் போனார்களோ அதைப் போல சோழனின் மேல் தோவிடன் கொண்ட பகைக்கான காரணமும் சரித்திரத்தின் பக்கங்களிலிருந்து காணாமல் போயிருந்தது.

குறிப்பு: சோழன் ஆதித்த கரிகாலன் உடைய நான்காம் ஆட்சி ஆண்டில் (கி.பி.954) சோழனுக்குப் படைத் தலைவனாய் இருந்த பூத்து வாண்டை என்பவன் பானைச் சுணை எனும் ஊர் மேல் படை கொண்டு வந்து அழித்த இடத்தில் மண்ணோடு மண்ணாகப் பதுங்கிப்படுத்து கொண்டிருந்த தோவிடன் என்ற படைஆள் வாண்டைப் படை தனக்கு அருகே வந்ததும் திடீரென்று எழுந்து திகைப்புற எதிரே தோன்றி குற்றுவாளை உருவிப் போரிட்டு கடற்கரை ஊரான காவிரிப்பூம்பட்டினத்தில் வீர சாவடைந்தான்.

11

முழுகனும் வந்திக் காகத்தியும்

பவுர்ணமி நிலவில் பாலாறு கரை புரண்டு ஓடிக்கொண்டிருந்தது. கரையோர புற்கள் மெல்லிய காற்றின் அசைவிற்கு ஒத்திசைவுடன் தலையாட்ட ஒரு கோடி நிலவுகள் தரையிறங்கியது போலத் தோன்றியது. அன்னையின் தாலாட்டாக ஆற்றின் சலசலப்பு கேட்க அரைமனதுடன் துயில் கலைந்து கண் விழித்துப் பார்த்த கூடடைந்த பறவைகள் ரகசியமாக ஏங்கித் தவித்து மீண்டும் கண் அயர நீண்ட நேரம் ஆனது. சிறிது தூரத்தில் இருந்த பெருமாள் கோயிலின் கோபுரத்திலிருந்து வழிந்திறங்கிய நிலவொளி நடை சாற்றிய கோயில் பிரகாரத்தை மேலும் பிரகாசமாக்கியது. அம்மலூர் கிராம முதியோர்கள் திண்ணையில் அமர்ந்து கொண்டு தங்களின் பேரக் குழந்தைகளுக்கு சொல்லும் கதைகளில் ஏழு கடல் ஏழு மலை தாண்டி பல இளவரசர்களும், தாமரைப் பூவில் வாழும் இளவரசிகளும் குழந்தைகளுடன் ரகசியமாக வந்தமர்ந்து அவர்களின் கதையைக் கேட்க மிகவும் ஆவலாய் காத்திருந்தார்கள்.

"நான் ஒரு கதை சொல்லப்போகிறேன். இருவரும் என் அருகில் வாருங்கள்"

இருவரும் ஓடி வந்து கோவனின் மடியின் மீது தலைவைத்து ஏக்கமாக அவனுடைய முகத்தையே பார்த்துக்கொண்டிருந்தார்கள்.

"உங்கள் இருவருக்கும் மிகவும் பிடித்த கதை. நீங்கள் இரண்டு பேரும் சரியென்று தலையாட்டினால்தான் சொல்லுவேன்".

முதலில் முழுகன்தான் தயக்கத்துடன் தலையை ஆட்டினான். அவனைத் தொடர்ந்து வந்திக்காகத்தியும் வேகமாக தலையாட்ட கோவன் தன் கதையைத் தொடர்ந்தான்.

“ஒரு சமயம் தேவர்களின் சபை இந்திரனின் தலைமையில் கூடியிருந்தது. அரியணையில் அமர்ந்திருந்த இந்திரன் சபைக்கு வந்திருந்த தேவர்களைக் காண்பதும் ஒரு சிலரிடம் அறிமுகப் புன்னகை செய்வதுமாக இருந்தான். அவர்களின் பேச்சு முதலில் தேவலோகத்தைப் பற்றியதாக இருந்தது. அதற்கடுத்து வழக்கம் போல நாரதர் குறித்து சில தேவர்கள் நேரடியாகக் குறைபட்டுக்கொண்டார்கள். கடைசியாக அவர்களின் பேச்சு பூலோகத்தில் வாழும் மனிதர்களைப் பற்றித் திரும்பியது. அப்போது இந்திரன் பூலோகத்தில் கிருஷ்ணதேவன் என்ற ஒரு அரசன் இருப்பதாகவும் அவனைப் போல மிகவும் நல்ல குணத்தையும் அளப்பறிய இரக்க சிந்தை உள்ளவனைப்போல நீங்கள் எவரும் இதுநாள் வரை சந்தித்திருக்கமாட்டீர்கள் என்று குழுமியிருந்த தேவர்களிடம் கூறினான். அப்போது ஒருவன் இந்திரனை நோக்கிக் குரல் எழுப்பினான்”

கதையை இப்போது தொடரவா வேண்டாமா?

முழுகனும் வந்திக்காகத்தியும் ஆர்வத்துடன் தலையை ஆட்டினார்கள்.

எங்கே கதையை விட்டேன்? ஆங்.. “அப்போது ஒருவன் குரல் எழுப்பி தேவர்களே அனைத்து அண்டங்களையும் ஆள்பவர்கள். அவர்களே மிகச் சிறந்தவர்கள். கேவலம் ஒரு மானிடப்பிறவியை பற்றி இந்த அளவிற்கு உயர்வாகக் கூறும் உயர்ந்த குலத்தில் பிறந்த இந்திரனின் பேச்சு மிகவும் வேடிக்கையாக இருக்கிறது என்றான். பிறகு அவன் தான் இப்போதே பூலோகம் சென்று அவனிடம் உள்ள குறைகளை எடுத்துக்காட்டுகிறன் என்று இந்திரனிடம் சவால் விட்டு பூலோகத்திற்கு விரைந்தான்.

அரசனான கிருஷ்ண தேவன் வரும் வழியில் தேவலோகத்திலிருந்து வந்தவன் ஓர் இறந்த நாயின் வடிவத்தில் விழுந்து கிடந்தான். அந்த நாயின் உடலில் இருந்து சகிக்கவே இயலாத துர்நாற்றம் வீசியது. அதன் வாய்ப்பகுதியும் கிழிந்து அவலட்சணமாகக் காணப்பட்டது. அந்த நாயைக் கண்ட எவரும் அருவருப்புடன் அதைத் தாண்டி விரைவாக நிச்சயம் சென்றுவிடுவார்கள்,

முழுகனும் வந்திக் காகத்தியும் கோவனின் மடியில் தலையை வைத்துக்கொண்டு சோகமே வடிவாக அவனையே ஏக்கமாகப் பார்த்தார்கள். அருவருப்புடன் அதைத் தாண்டி விரைவாக சென்றுவிடுவார்கள் என்று சொன்னேன் இல்லையா? ஆமாம் என்பது போல இருவரும் தலையை ஆட்டினார்கள். கோவன் கதையைத் தொடர்ந்தான்.

“அரசர் கிருஷ்ணதேவனின் கண்ணோட்டம் வேறு விதமாக இருந்தது. அவர் நாயின் அழுகிய உடலைப் பற்றியோ இல்லை அதிலிருந்து வீசிய துர்நாற்றத்தைப் பற்றியோ துளியும் சிந்திக்காமல் “ஆகா, இந்த நாயின் பற்களின் வரிசை எவ்வளவு அழகாக முத்துக்களைப் போல பிரகாசிக்கின்றன என்று வாய்விட்டுக் கூறி வியப்பிலாழ்ந்தான்.

சாலையோரம் இருக்கும் துர்நாற்றத்துடன் அருவருப்பான ஒரு உயிரினத்திடம் கூட இருக்கும் தனிப்பட்ட கருணைப் பார்வைதான் மன்னனின் சிறப்பிற்குக் காரணம் என்பதை உணர்ந்த தேவன் சுய உரு பெற்று அரசனின் முன்பு நின்று “மன்னா! உண்மையிலேயே உங்களிடம் குணத்தை மட்டுமே நாடும் தன்மையும், நல்லனவற்றை மட்டுமே எடுத்துக்கொள்ளும் உயர்ந்த பண்பும் இருக்கிறது. இந்த உலகத்தில் தங்களைப் போன்ற குணவான்களே சுகமாக வாழ்வார்கள்” என்று கூறி அவரை ஆசீர்வதித்து தேவலோகம் சென்றான்.

கதை பிடிச்சிருக்கா? கோவன் ஆர்வத்துடன் முழுகனும் வந்திக் காகத்தியிடம் கேட்க இரண்டும் தலையாட்டிக்கொண்டே கோவனின் மேல் பாய்ந்து கட்டிப்பிடிப்பதும் நக்கிக்கொடுப்பதுமாக தங்களின் மகிழ்ச்சியைத் தெரிவித்தது.

அன்று இரவு எதிர்பாராமல் தொடங்கிய மழை சிறிது நேரம் அடர்ந்து பொழிவதும் பிறகு தணிவதுமாக இருந்தது. திண்ணையிலிருந்து வந்திக்காகத்தி வித்தியாசமாக குரல் எழுப்பியதைக் கேட்ட கோவன் வெளியே வந்து பார்த்தான். திண்ணைக்கு அருகில் ஊர்ந்து சென்ற ஒரு நாகம் வந்திக்காகத்தியைப் பார்த்து படம் எடுத்து ஆடியது. இருவருக்குமான இடைவெளி தூரம் ஐந்தடிக்குள்தான் இருக்கும். இதைப் பார்த்த கோவன் சற்றே நிலை தடுமாறினாலும் அசையாது அப்படியே நின்றான். வந்திக்காகத்தி நாகத்தின் மேல் பாய்ந்தது.

இதையறிந்த முழுகனும் வேகமாக ஓடி வந்து அவனுடன் சேர்ந்துகொண்டு நாகத்தைத் தாக்கியது. இந்த இருமுனைத் தாக்குதலுக்கு துளியும் தாக்குப்பிடிக்க முடியாத நாகம் அருகில் இருக்கும் புதரின் பக்கம் ஓடி மறைந்துகொண்டது. நாகம் வெளியே வரும் வரை இருவரும் மிகவும் பொருமையாகக் காத்திருந்தார்கள். நாகத்தின் வால் பகுதி வெளியே தெரிய முழுகன் அதை மிகவும் லாவகமாக வாயில் கவ்விக்கொண்டு நாகத்தை முழுவது வெளியே இழுத்துப்போட வந்திக்காகத்தி அதன் கழுத்தை கவ்விக்கொண்டு முன்னும் பின்னும் வேகமாக ஆட்டி கால்களின் போட்டு மிதித்து மீண்டும் முன்பை விட வேகமாக வாயில் அழுத்திப் பிடித்து உதறியது. தளர்ந்து துவண்ட நாகம் வந்திக்காகத்தியின் வாயில் உயிரற்ற கயிறு போலத் தொங்கியது. அதை கீழே உதரிப்போட்டுவிட்டு அருகில் குவித்து வைத்திருக்கும் மணல் மேட்டில் ஒருவர் மேல் ஒருவர் தாவி விழுந்து புரண்டு விளையாடினார்கள். இருவரையும் கோவன் உணவருந்த அழைக்க குழந்தைகளின் துள்ளளுடன் இருவரும் திண்ணையில் வந்தமர்ந்தார்கள்.

அப்போது மழையில் நனைந்துகொண்டே தெக்குப்பட்டிலிருந்து கோவனின் உறவுக்காரப் பையன் வந்துகொண்டிருந்தான். மழையில் முழுவதும் தொப்பலாக நனைந்து திண்ணைக்கு அருகில் இருக்கும் படியில் நீண்ட நேரம் நின்றவனின் உடையிலிருந்து நின்றுபோன மழை மீண்டும் தொடர்ந்தது.

“மாமா, வயக்காட்டிலே காட்டுப்பன்னிகளோட அட்டகாசம் தாங்கலை. அறுவடைக்குத் தயாராயிருந்த கடலைச் செடியை பாதிக்கு மேல வெளியே இழுத்துப்போட்டு நாசம் பன்னுது. ரெண்டு நாளைக்கு வந்திக்காகத்தியை ஊருக்குக் கூட்டிக்கிட்டு போகத்தான் வந்தேன்? என்றான்

அதற்கு பதில் ஏதும் கூறாமல் வந்திக்காகத்தியின் அருகில் வந்தமர்ந்தான் கோவன். சுருண்டு படுத்திருந்த அதன் கழுத்திலிருந்து துளிர்த்து வடிந்த குருதியை முழுகன் நக்கிக்கொடுப்பதைப் பார்த்தவன் அதன் கழுத்து ரோமங்களை விலக்கிப்பார்க்க பாம்பு கடித்த தடம் போல கரும்புள்ளிகள் இருந்தது. உடனே அவனை அப்படியே அள்ளிக்கொண்டு வேகமாக மருத்துவரைப் பார்க்க ஓடினான். முழுகனும் அவனைப் பின் தொடர்ந்தான்.

அரை மணி நேர போராட்டத்திற்குப் பிறகு நினைவு திரும்பிய வந்திக்காகத்தி கண்களைத் திறந்து கோவனின் கைகளை வாஞ்சையுடன் நக்கிக்கொடுக்க அவன் தன் நிலை மறந்து இறுக அணைத்துக்கொண்டான்.

அடுத்த நாள் கிராமப் பஞ்சாயத்து கூட்டம் ஏற்பாடாயிருந்தது. அம்மலூர் மக்களுடன் அடுத்து இருக்கும் கிராமத்திலிருந்தும் மக்கள் வந்திருந்தார்கள். பல குழுக்களாக அமர்ந்து கொண்டு அனைவரும் ஒரே விஷயத்தைப் பற்றி பேசிக்கொண்டிருந்தார்கள். ஒரு சில வாரங்களாக காட்டுப் பன்றிகளின் தொல்லை அதிகமாக இருந்தது. அவைகள் கூட்டம் கூட்டமாக வந்து விளைந்த பயிர்களை நாசம் செய்வது மட்டுமில்லாமல் கொட்டிலில் கட்டி வைத்திருக்கும் கால் நடைகளையும் தாக்கியது. கிராமத் தலைவர் தெருவிற்கு இரண்டு இளைஞர்கள் ஒன்றாகச் சேர்ந்து இரவு முழுவதும் காவல் காக்க வேண்டும் என்று கூற கிராமத்து இளசுகள் வேகமாக தங்களின் பேர்களை பதிவு செய்தார்கள். அந்தக் கூட்டத்திற்கு கோவனும் வந்திருந்தான். அவனுடைய பெயருடன் தன் செல்லப்பிராணியான வந்தைக்காகத்தி மற்றும் முழுகனின் பெயரையும் எழுதினான். இதைக் கவனித்த கிராமத் தலைவர் கோவனின் முதுகைத் தட்டிக்கொடுத்தபடியே அவனைக் கடந்து போனார்.

அன்று இரவு மொத்தமாக அனைத்து இளைஞர்கள் ஊர்த் திடலில் ஒன்றாகக் கூட பிறகு சிறிய குழுக்களாக பல திசைகளுக்குச் சென்றார்கள். கோவனுடன் வந்த வந்திக்காகத்தியும் முழுகனும் வடக்குத் திசையில் இருக்கும் நாயக்கர் தோட்டத்தில் காவலிற்குச் சென்றார்கள். இரண்டு நாட்கள் இரவுப் பொழுது அமைதியாகக் கழிந்தது. அடுத்த நாள் பௌர்ணமி கழிந்து எட்டாவது நாள். கோவனிற்கு இரவு நீண்டு கொண்டே போனது போலத் தெரிந்தது. தூரத்தே கேட்ட சலசலப்பு அவர்களை நெருங்கி வருவதையுணர்ந்த கோவன் முனை சீவிய மூங்கிலை எடுத்துக்கொண்டு அரவமில்லாமல் முன்னேறினான். இரண்டு காட்டுப்பன்றிகள் மெலிதாக உறுமுவதும், விளைந்த பயிர்களை கிளர்த்திப் போடுவதுமாக இருந்தது. தன் கையில் வைத்திருக்கும் மூங்கிலை வேகமாக பன்றிகளின் மேல் பாய்ச்ச அவைகள் நொடியில் சுதாரித்துக்கொண்டு கோவனை நோக்கி சீறிப்பாய்ந்தது. இதைக் கவனித்த முழகனும், வந்திக்காகத்தியும்

பன்றிகளின் மேல் பாய்ந்து அதன் தொண்டையைக் கவ்வ, அவைகள் பலவீனமாகப் பிளிறியது. இதைக் கேட்ட மேலும் சில பன்றிகள் வந்திக்காகத்தியைத் தாக்கியது. பன்றிக் கூட்டங்களின் பேரிரைச்சலைக் கேட்ட கோவன் செய்வதறியாமல் நிலைகுலைந்து செயலற்று அப்படியே உரைந்து போனான். சிறிது நேரத்தில் மரணத்தை ஒத்த பெரும் அமைதி சூழ்ந்தது. இடையிடையே சிறிய முனகலைக் கேட்ட கோவன் விரைந்து சென்று அங்கே பார்த்தான். மரணத்தின் விளிம்பில் எஜமானனை பார்த்த திருப்தியில் இருவரும் பலவீனமாக வாலை ஆட்டிக்கொண்டே கோவனின் கையை நக்கிக் கொடுத்தார்கள். உணர்ச்சி மேலீட்டால் எழும்பிய கோவனின் பெருத்த அழுகுரல் அன்று இரவு மேகங்களை கிழித்துப் போட்டு பெருமழையை பொழிய வைத்தது.

அம்மலூரின் அருகில் இருக்கும் கிராமங்களில் இருந்து மக்கள் கோவனின் வீட்டிற்கு வந்த வண்ணம் இருந்தார்கள். கட்டிலில் கிடத்தி வைத்திருந்த முழுகன், வந்திக்காகத்தியின் சிதைந்த உடலை அரவணைத்தபடி தலையைக் கவிழ்த்து அழுதுகொண்டிருந்தான். ஊர்ப்பெரியவர்கள் எவ்வளவு ஆறுதல் கூறியும் அவனை சமாதானப்படுத்த இயலவில்லை. அனைவரும் செய்வதறியாது குழம்பிய நேரத்தில் அங்கே வந்திருந்த ஒரு முதியவர் இறுதிச் சடங்குகளுக்கான வேலையை தானே இழுத்துப்போட்டுக்கொண்டு முன்னின்று செய்தார். ஒரு வழியாக கோவனின் தோட்டத்திலேயே இருவரையும் புதைக்க ஏற்பாடானது. அவர்களை புதைத்த பிறகு கோவன் அருகில் அமர்ந்துகொண்டு "நான் ஒரு கதை சொல்லப்போகிறேன். இருவரும் என் அருகில் வாருங்கள்" என்று அழுதுகொண்டே பிதற்ற கூடியிருந்தவர்கள் கண்களில் நீருடன் வாய்பொத்திக் கலைந்து போனார்கள்.

(அந்தக் காலத்தில் மக்கள் தம் சிறப்பு வினைக் கருதி அவர்தம் நினைவில் நடுகல் நிறுத்தியதைப் போலவே தாம் செல்லமாக வளர்த்த கிளி, கோழி, எருது, குதிரையை ஆகிய பறவைகள் விலங்குகள் முதலியவற்றுக்கும் நடுகல் எழுப்பியிள்ளார்கள். அவ்வழியே கோவனும் தான் உயிருனும் மேலாக நேசித்த வந்திக்காகத்திக்கும், முழுகனுக்கும் தன் தோட்டத்திலேயே நடுகல் நிறுவி வழிபட்டான்.)

12

சத்தி என்ற சத்தி முற்றத் தேவன்

எனக்கு விபரம் தெரிந்த நாளிலிருந்தே அம்மா ஒரு அப்பாவியாகத்தான் இருந்திருக்கிறாள். அப்பா இறந்த பிறகு அம்மாவிற்கு நான் மட்டும் என்றான பிறகு எதையும் என்னிடம் கேட்டே முடிவெடுப்பாள். அம்மாவின் ஒரே உறவான சாம்பு மாமா மட்டும் அடிக்கடி வீட்டிற்கு வருவார். வழக்கமான விசாரிப்புடன் எதாவதொரு காரணம் கூறி வெற்றிலைக்கான சில்லறையை அம்மாவிடமிருந்து ரகசியமாக கரந்துவிடுவார். ஏம்மா இப்படி அப்பாவியா இருக்கே என்று நான் கண்டித்தாலும் சாம்பு ஒருத்தந்தானேடா நம்ம உறவுக்காரன்னு சொல்லிக்கிட்டு நம்மளையே வளைய வந்துகிட்டு இருக்கான் என்று கூறி என் வாயை அடைத்திடுவாள்.

அன்றும் வழக்கம் போல் சாம்பு மாமா வீட்டிற்கு வந்திருந்தார். வாசலில் இருந்த சிறிய செம்பு அண்டாவிலிருந்து தண்ணீர் கோரி எடுத்து கால்களை மிகுந்த அக்கரையுடன் கழுவிக்கொண்டே அம்மாவை சுற்றும் முற்றும் தேடினார். வாசலை முழுவதும் அடைத்துக்கொண்டது போல நான் கால்களை அகலப் பரப்பிக்கொண்டு நின்றிருந்தேன். சாமியே வரம் கொடுத்தாலும் இந்தப் பூசாரி மட்டும் மாறவே மாட்டா போல என்று செல்லமாகக் கூறிக்கொண்டே என்னை விலக்கி உள்ளே நுழைந்தார். அம்பு உன்னைப் பாக்க வந்தாளா என்று தன் வெற்றிலைக்கான புதுக்கதையை யோசித்துக்கொண்டிருந்தார். நான் கோபத்துடன் உள்ளே நுழைய அம்மா சிரித்துக்கொண்டே கொல்லைப்புரத்திலிருந்து வந்தாள். முந்தானையில் முடிந்து வைத்திருந்த கொஞ்சம் சில்லரையை சாம்பு மாமாவிடம் எடுத்துக்கொடுத்தாள்.

“நம்ப அறிஞ்சிகை ஈஸ்வரன் கோயில் நிர்வாகத்தை இப்போ ஏத்து நடத்தும் செவணரை நோக்கு தெரியுமில்லையா?” அம்மா மௌனமாகத் தலையாட்டினாள். “நேத்துதான் அவரை நான் எதேச்சையா சந்திச்சேன். அவரு கூடவே இருந்து கூடமாட கோயில் வேலைகளைப் பாக்க உதவியா ஒரு நல்ல பையன் இருந்தா சொல்லுன்னார். அப்போதான் நம்ம சத்தி என் ஞாபகத்துக்கு வந்தான். நம்ம சத்தியை அனுப்பினா நமக்கும் நாலு காசு கிடைக்கும். நீயும் இப்படி பத்துபாத்திரம் தேச்சு மாயவேண்டாம். சாயங்காலம் திண்ணைப் பள்ளிக்கூடத்திலே அவன் மேலே படிச்சிக்கலாம்.கோயிலுக்கு உள்ளே வேதபாடசாலையும் இருக்கு. உங்க ரெண்டு பேருக்கும் கோயில்லே இருந்து பிரசாதம் வந்திடும். ஒரு வேளை அடுப்பை பத்தவைக்கவேண்டாமில்லையா. அம்பிகிட்டே கேட்டு முடிவைச் சொல்லு” என்று தோளிலிருந்த துண்டை எடுத்து உதறிக்கொண்டே என்னைப்பார்த்து சிரித்தார். “அவளண்டை இனிமே வெத்திலை காசு கேக்கமாட்டேன்டா அம்பி. சாம்பு மாமாவோட வெத்திலைக் கணக்கு இனிமே உம் பொறுப்பு” என்று கூறியவர் எனக்குத் தெரியாமல் துண்டால் கண்களைத் துடைத்துக்கொண்டார்.

நானும் அம்மாவும் அறிஞ்சிகை சிவன் கோயிலுக்கு பல முறை சென்றிருக்கிறோம். திருவிழா நாட்களைத் தவிர்த்து கூட்டம் அவ்வளவு அதிகம் இருக்காது. சுற்றுப்பிரகாரங்கள் பளிச்சென்று இருக்கும். கோயிலின் உள்ளே நுழைந்தவுடன் நம்மையும் அறியாமல் ஒரு நிம்மதி கிடைக்கும். ஏழ்மை, வறுமை நீங்க வணங்கவேண்டிய திருத்தலம் என்று அம்மா கூறும் போதெல்லாம் சிரித்துக்கொண்டே அவளைப் பார்ப்பேன். “கிண்டல் பன்னாதேடா. பகவானுக்கு யாருக்கு எப்போ எவ்வளவு கொடுக்கனுங்கறது நிச்சயம் தெரியும். நமக்கான நேரம் வரும்போது நிச்சயம் அள்ளிக்கொடுப்பார் பாரேன்” என்று கூறிக்கொண்டே என் நெற்றியில் திருநீரு பூசி இடது கையை ஒரு குடை போல் அதற்குக் கீழே விரித்து மெலிதாக ஊதுவாள். “அப்பா போன பிறகு என்னாலே மனுஷாளையும் சரி கடவுளையும் சரி முழுசா நம்ப முடியல்லைம்மா” என்று அவளைக் கட்டிக்கொண்டு அழும்போது கண்களைத் துடைத்து விட்டு மனதிற்கு ஆறுதலாகப் பேசி நம்பிக்கையூட்டுவாள்.

சிவன் கோயிலிற்கு முன் நின்றேன். அதன் ராஜ கோபுரத்திலிருந்து புறாக்கள் சிறகடித்து பறந்தது. கோயில் குளத்தினடியில் உரைந்திருக்கும் குளிர்ச்சியை காற்று மேல்லக் கீறியெடுத்து எனக்கென கொண்டுவந்தது போல அள்ளிக்கொடுக்கும் போது அனைத்தையும் மறந்து சிவனின் தரிசனம் காண உள்ளே நுழைந்தேன். உள்ளே நுழைந்து ஒரு முதியவரிடம் செவணரைப் பற்றி விசாரிக்க அவர் என்னை அருகில் இருக்கும் அறைக்கு அழைத்துச் சென்றார். என்னை ஏற இறங்க பார்த்த செவணர் "வாடா அம்பி, சாம்புகிட்டே சொல்லியிருந்தேன். அம்புஜத்தோட பையந்தானே நீ? எதற்கும் பதில் சொல்லாமல் அம்மா கூறியதைப் போல முதலில் சாஷ்டாங்கமாக அவர் முன் விழுந்தேன். உடனே இருக்கையில் இருந்து எழுந்து வந்து என் தோளினை ஆறுதலுடன் பிடித்து எழுப்பினார். "நோக்கு எந்த அளவுக்கு இந்தக் கோயிலைப்பத்தித் தெரியும்னு எனக்குத் தெரியாது. தெரிஞ்ச அளவுக்கு கொஞ்சம் சொல்லேன் கேப்போம்" என்று என்னையே ஆவலுடன் உற்றுப்பார்த்தார்.

"ராஜகோபுரத்தை தெய்வமா எண்ணி வணங்கிட்டுத்தான் கோயிலுக்குள்ளே நுழையனும். உள்ளே நுழைஞ்ச உடனே மொதல்லே பலிபீடம் இருக்கும் அதனோட பக்கத்திலே போய் கீழே விழ்ந்து நம்மோட ஆசை, கோபம், பேராசை, அகங்காரம் எல்லாத்தையும் அந்த இடத்திலே பலி கொடுத்து விட்டு இறைவனை வணங்கப் போகனும். இதற்கடுத்து துவஜாஸ்தம்பம் இருக்கு. அதற்கடுத்து சிவனின் நந்தி வாகன மண்டபம் இருக்கு. நந்தியை சேவிச்சு அனுமதி கிடைச்ச பின்னேதான் சிவனை வணங்கனும். அடுத்து மூலஸ்தானத்தில் இருக்கும் ஈஸ்வரனை மனசார வேண்டிண்டு சேவிக்கனும். அப்புறம் பிரகாரத்தில் இருக்கும் சுப்ரமண்யர், அம்பிகை, துர்கை, தட்சிணாமூர்த்தி, பைரவர் ஆகியோரை மறக்காம சேவிச்சிட்டு கடைசியா பக்தாளோட கோரிக்கையை கணக்கெடுக்கும் சண்டிகேசுவரருக்கு முன்னே நின்னு இரு கைகளையும் மெதுவாகத் தட்டி நன்றி சொல்லிவிட்டுத்தான் வெளியே வரனும். கடைசியா உள்பிரகாரத்தைத் தாண்டி கொடிக்கம்பத்திற்கு கிட்டே வடக்கு பாத்து தலை வைத்து, சாஷ்டாங்க நமஸ்காரம் செய்திட்டுத்தான் வெளியே போகனும்".

பலமாகக் கைகளைத் தட்டிக்கோண்டே என்னை செவணரும் முதியவரும் பாரட்டினார்கள். முதியவரைப் பார்த்து " இனிமே இந்தக் குழந்தை உங்களோட பொறுப்பு. எல்லாத்தையும் எனக்குப் பதிலா சொல்லிக்கொடுத்து பெரிய ஆளாக்கனும். அவாளுக்கு வேண்டிய நெல்லை கோயில் கணக்கிலே அனுப்பிடுங்கோ. அப்படியே தெனமும் அவனண்டை பிரசாதமும் கொடுத்தனுப்ப மறக்காதீங்கோ" என்று கூறினார். அம்மா அன்று என்னிடம் கூறியது போல எனக்கு எப்போது எவ்வளவு கொடுக்கவேண்டும் என்பதை பகவான் நிச்சயம் மறக்கவில்லை என்று முழுவதுமாக நம்ப ஆரம்பித்தேன்.

அப்போது எங்களைக் கடந்து சென்ற கோயில் பூசகனான பட்டரனை தடுத்து நிறுத்தினார் செவணர். கட்டுமஸ்தான இறுகிய உடல். கண்களில் நிரந்தரமான கோபம். அதற்கான காரணத்தைக் கேட்டவுடன் உக்கிரமாகிவிடுவான் என்பதைத் தெரிந்து வைத்த செவணர் " உங்களண்டையும் ஒரு வார்த்தை சொல்லிடறேன். இவந்தான் இனிமே எனக்கு பதிலா ஒத்தாசையா கோயில் காரியம் எல்லாத்தையும் பாத்துக்கப் போறான். பேரு சத்தி. தங்கமான பையன். ஒழிஞ்ச நேரத்திலே அவனுக்கு நீங்கதான் கோயில் நடைமுறையை கத்துக்கொடுக்கனும்." என்றார். என்னையே முறைத்துப்பார்த்த பூசகன் அவ்வளவாக என்னிடம் ஆர்வம் காட்டாமல் "சரி, நான் பாத்துக்கறேன்" என்று சுறுக்கமாக தன் சம்மதத்தைத் தெரிவித்துவிட்டு அங்கிருந்து சென்றுவிட்டார். "கொஞ்சம் கோபக்காரன், ரொம்ப வருஷமா இங்கே இருக்கான்" என்று என்னிடம் கூறிவிட்டு வயலிற்குக் கிளம்பிவிட்டார்.

முதலில் கோயில் மடப்பள்ளியிலிருந்து என் வேலை ஆரம்பமானது. மிகுந்த ஆர்வத்துடன் அனைத்து வேலைகளையும் நானே இழுத்துப் போட்டுக்கொண்டு செய்தேன். வேலைக்குச் சேர்ந்து ஆறு மாதங்களுக்கு மேல் ஆகிவிட்டது. ஓரளவிற்கு கோயில் நடைமுறைகள், பண்டிகைகளின் விபரங்கள், முக்கியமான நாட்கள், பூஜை புனஸ்காரம் என்று பலவற்றை நான் கற்றுக்கொண்டேன். பூசகன் வராத நாட்களில் அர்ச்சகர் ஸ்தானத்தில் இருந்து அனைத்தையும் நிறைவேற்றினேன்.

அடுத்த வாரம் நடக்க இருக்கும் நவராத்திரி பண்டிகைக்கான திட்டங்களை என்னிடம் கேட்டறிந்த செவணர் அனைத்தையும் என் பொறுப்பிலேயே விட்டுவிட்டார். இதையறிந்த பூசகனின் கோபம் முழுவதும் என் மேல் திரும்பியது. என் அனைத்து வேலைகளிலும் குற்றம் கூற ஆரம்பித்தான். ஒரு நாள் கழிவதே எனக்கு ஒரு பெரிய போராட்டமாக இருந்தது. பூசகனின் இந்த நடவடிக்கையை எப்படியோ அறிந்துகொண்ட செவணர் உடனே அவரை வேலையிலிருந்து நீக்கினார். பழிக்குப் பழி வாங்காமல் நான் உங்கள் எல்லோரையும் விடமாட்டேன் என்று சூளுரைத்துவிட்டு கோபத்துடன் கோயிலை விட்டு வெளியேறினார். "இவன் சொல்றானேன்னு மனசை குழப்பிக்காதே. அவனாலே யாரையும் ஒன்னும் செய்யமுடியாது. ஏற்கனவே அவன் மேலே பக்தாள்கிட்டே இருந்து ஏராளமான புகார்கள் வந்திருக்கு. நாந்தான் குடும்பஸ்தனேன்னு கொஞ்சம் விட்டுப்பிடிச்சேன். அதுதான் ரொம்ப தப்பாயிடுச்சு. போகட்டும் விடு" என்று என் தோளைத் தட்டிக்கொடுத்துவிட்டு முதியவரிடம் என்னைப் பத்திரமாகப் பார்த்துக்கொள்ளச் சொன்னார்.

நவராத்திரி விழா முடிந்த பிறகு கோயில் கணக்கை செவணரிடம் காட்டினேன். "பத்து வருஷமா இந்த விழாவை பூசகன்தான் நடத்திகிட்டு வந்தான். ஒரு பைசா லாபம் கிடையாது. என் கைக்காசைத்தான் மேலே போட்டு செஞ்சிருக்கேன். நீ என்னடான்னா எல்லா செலவும் போக கூடுதல் வரவு காட்டியிருக்கே. வித்தை தெரிஞ்சவனைத்தான் வேலைக்கு வெச்சிருக்கேன் போல" என்று என்னைப் பார்த்துச் சிரித்துக்கொண்டே முதியவரைப் பார்த்து "இனிமே நம்ம தோட்டத்திலேயிருந்து வாரா வாரம் சத்தி வீட்டுக்கு ஒரு கூடை காய் கறி அனுப்புங்க" என்றார். தினமும் ஆறுகால பூஜையுடன் சிவன் கோயில் வழிபாடு தொடர்ந்து நடந்தது.

இதற்கிடையில் பூசகன் தன் வேலைக்காக செவணரைப் பார்க்க அடிக்கடி வந்து போய்க்கொண்டிருந்தார். தன் முடிவில் எந்த மாற்றமும் இல்லையென்று செவணரும் தீர்மானமாக அவரிடம் கூறிவிட்டார்.

அன்று பிரதோஷம். மாலையில் அதற்கான பூஜைக்கு ஏற்பாடாக்கிக்கொண்டிருந்தது. அபிஷேகத்திற்கு முன்பு சுறுக்கமாக அனைவரிடமும் பிரதோஷம் குறித்த காரணத்தைக் சிரத்தையுடன் நான் கூற ஆரம்பித்தேன். "சிவபெருமான் ஆலகால நஞ்சை அருந்தி நீலகண்டனானது இந்தப் பிரதோஷ நேரத்தில்தான். தேவர்களும் அசுரர்களும் போட்டி போட்டுக்கொண்டு பாற்கடலைக் கடைந்தபோது திருமகள், ஐராவதம், காமதேனு, கற்பகத்தரு, சிந்தாமணி, கௌஸ்துப மணி, முதலானவை ஒவ்வொன்றாகத் தோன்றின. லட்சுமியைத் திருமால் ஏற்றுக்கொண்டார். மற்ற பொருட்களை இந்திராதி தேவர்கள் ஏற்றுக்கொள்ள அதனுடனேயே கொடிய ஆலகால விஷமும் வெளிப்பட்டது. இதைக்கண்டு தேவர்களும், முனிவர்களும் பெரிதும் நடுங்க உயிர்களைக் காப்பாற்ற பரமசிவன் ஆலகால விஷத்தை உண்டார். தன் கணவரின் உடலில் விஷம் பரவுவதைக் கண்ட பார்வதி தேவி தன்னுடைய தளிர்க்கரங்களால் அவரைத் தொட விஷம் சிவனின் நெஞ்சுக் குழியிலேயே நிரந்தரமாகத் தங்கிவிட்டது. இறைவனும் நீலகண்டரானார். இந்த ஒப்பற்ற நேரம்தான் பிரதோஷ காலம் என்று நாம் வழிபடுகிறோம்". அங்கிருக்கும் பக்தர்கள் சிவனை நோக்கி கைகளை உயர்த்தி பக்திப் பரவசத்தில் கோஷமிட்டார்கள்.

தொடர்ந்து பூஜை நடந்தது. இதை முழுவதுமாக ஆர்வத்துடன் கவனித்த செவணரை நோக்கி பூசகன் வெறிகொண்டவன் போல வேகமாக வந்துகொண்டிருந்தான். இருவருக்குமான திடீர் கைகலப்பில் செவணர் நிலைகுலைந்து தடுமாறிச் சரிய அங்கு விரைந்து வந்த நான் உடனே அவரை கைத்தாங்கலாகப் பிடித்துக்கொண்டேன். இதைத் துளியும் எதிர்பார்க்காத பூசாரி வெகுண்டெழுந்து மடியில் மறைத்து வைத்திருந்த குத்துவாளை எடுத்து வேகமாக சவணரை நோக்கிப் பாய்ச்ச அதைத் தடுக்க இடையில் நான் நுழைந்தேன். நொடியில் அனைத்தும் நடந்தேறிவிட்டது. பூசகனின் குத்துவாள் என் மார்பினில் முழுவதும் பொதிந்திருந்தது. அதை உருவியெடுத்தவன் கண் இமைக்கும் நேரத்திற்குள் என் தோளில் பாய்ச்ச நான் அதிர்ந்து அப்படியே பூமியில் சரிந்தேன். அதற்குள் அங்கிருந்த அனைவரும் திரண்டு வந்து பூசகனைப் பிடித்துக்கொண்டார்கள்.

சத்தி, சத்தி என்று அழுதுகொண்டே செவணர் என்னை அப்படியே அள்ளி மடியில் வைத்துக்கொண்டார். இதைக் கவனித்த சாம்பு மாமா கூட்டத்திலிருந்து வேகமாக என்னை நோக்கி ஓடிவந்தார். உரத்த குரலில் அழுதுகொண்டே என்னை அணைத்துக்கொண்டார். நான் கடைசியாக அம்மா என்று மூச்சிறைக்க செவணரிடம் கூற முயற்சிக்க அனைத்து சப்தங்களும் மெதுவாக ஒட்டு மொத்தமாக அடங்கித் தணிந்தது. கோயிலில் இருக்கும் ஸ்தல விருட்சமான வன்னி மரம் காற்றிற்கு வேகமாக அசைய கீழே விழுந்த காய்ந்த இலைகள் பிரகாரத்தைச் சுற்றி பேரிரைச்சலுடன் உருண்டுகொண்டே போக அனைவரும் அப்படியே ஸ்தம்பித்து நின்றார்கள்.

செவணர் தனக்காக தன் இன்னுயிரையும் ஈந்து தன்னைக் காப்பாற்றிய சத்தி என்ற சத்தி முற்றத் தேவனின் தியாகத்தை மெச்சும் வண்ணம் அவனுக்காக நடுகல்லை நட்டு அவனுடைய உருவத்தை பொறிக்கச் செய்தார்.

(பராந்தகபுரமான இச்சென்னிவாய்க்கால் அறிஞ்சிகை ஈச்சுவரச் சிவன் கோயிலில் கோபத்துடனும் கடுகடுப்புடனும் பேசும் நாவுடையவரும், கோயிற் பணி இழந்த உடல் வலிமை மிக்க இக் கோயில் பூசகனான பட்டரன் இக்கோயில் நிருவாகம் ஆளும் செவணருக்கு சோறு கொண்டு வந்தும், கோயில் மடைப்பள்ளியில் விறகுஎறித்து திருத்தளிகைக்கான சமையற் பணியைப் பேணியும் வருகின்ற அப்படியாகப்பட்ட மனிதரைத் தாக்கி அழித்ததோடு அல்லாமல் செவணரின் மாணாக்கனான சத்திமுட்டத் தேவன் என்ற பிராமணனைத் துண்டாக வெட்டிக் கொன்றான்)

13

ஓக்கதிந்தன் பட்டை பொத்தன்

அன்று சித்திரா பௌர்ணமி. வழக்கத்திற்கு மாறாக மல்லாம் கிராம மக்கள் அன்று மாலை நடக்க இருக்கும் சிறப்புக் கொற்றவை பூஜைக்காக ஆவலாகக் காத்திருந்தார்கள். பௌர்ணமி பூஜையைக் காண பெருந்திரளான மக்கள் வண்டி கட்டிக்கொண்டு வெளியூரிலிருந்தும் வந்து கொண்டிருந்தார்கள். மல்லாம் கிராமம் திருவிழாக் கோலம் கொண்டிருந்தது. கிராமத்து தலைவரின் உத்தரவிற்கிணங்க வெளியூரிலிருந்து வரும் வண்டிகளை ஊர் எல்லையில் இருக்கும் ஐய்யனார் பொட்டைத் திடலிலேயே நிறுத்தியிருந்தார்கள். ஒரு சிலர் தட்டையான கல்லில் சிறிது புளி, காய்ந்த மிளகாய், சிறிது உப்பு, சின்ன வெங்காயம் கையளவு, அதனுடன் நல்லெண்ணை விட்டு சதைத்து அந்தக் கலவையை ஆவி பறக்கும் தினைச் சோற்றுடன் கலந்து பசியாறிவிட்டு கொற்றவைக் கோயிலை நோக்கி சென்று கொண்டிருந்தார்கள்.

அதே சமயம் ஓக்கதிந்தன் தன் குடிசையில் கொற்றவையை நினைத்து மானசீகமாக உருகி பூஜை செய்ய வேளியே காவல் காத்துக் கொண்டிருக்கும் அவருடைய மகன் வரிசையாக நிற்கும் மக்களை ஒவ்வொருவராக உள்ளே அனுப்பினான். அவர்கள் கொண்டு வந்திருந்த பழங்களையும், இனிப்புகளையும் திண்ணையில் வைத்துவிட்டு ஓக்கதிந்தனைக் கண்டு வழிபட உள்ளே சென்றார்கள். அமைதியாக ஓக்கதிந்தன் அமர்ந்திருந்தார். அவர் உடம்பு முழுவது பூசிய சந்தனத்தின் நறுமணம் குடிசை முழுவதும் வியாபித்திருந்தது. கூடுதலாக புனுகு, சாம்பிராணி, மஞ்சளின் மணம் கலவையாக அவரை தரிசிக்க வருவோரின் நாசியில் புக பய பக்தியுடன் அவரை வழிபட்டனர். சிலரின் கண்களில் கண்ணீர் பெருக்கெடுத்து ஓடியது. ஓக்கதிந்தன் எதற்கும் சலனப்படாமல் அனைவருக்கும் நன்றி கூறுவது

போல தலை தாழ்த்தி தன் இரு கைகளையும் குவித்து கம்பீரமாக வணங்கினார். வந்திருந்தவர்களில் வயதில் மூத்த ஒருவர் “எதற்கும் மனதில் தைரியம் வேண்டும். நம்ம ஐய்யா கொற்றவை பக்தர். மிகவும் கொடுத்து வைத்தவர். அனைத்தையும் கொற்றவை பார்த்துக்கொள்வாள்” என்று கலங்கிய கண்களுடன் கொற்றவை கோயிலிற்குக் கிளம்பினார்.

கொற்றவை கோயில் பூசாரி ஒக்கதிந்தனை அனைத்து மரியாதைகளுடன் குடிசையில் இருந்து அழைத்து செல்ல வந்திருந்தான். மக்களின் கூட்டம் கூடிக்கொண்டே போனது.

ஒக்கதிந்தன் அனைத்தையும் மறந்து கொற்றவையை மட்டும் மனத்தில் இருத்தி தன் பூஜையை முடித்தார். அவரைச் சுற்றி பயபக்தியுடன் நின்றிருந்த ஊர்ப்பெரியவர்கள் ஒக்கதிந்தனின் கோரிக்கையை ஏற்றுக்கொண்டு நிறைவேற்றக் காத்திருந்தனர். குடிசையைவிட்டுக் கொற்றவைக் கோயிலிற்குக் கிளம்பும் முன் தன் மகனை அழைத்தார். அவன் பறை அடிப்பதை விட்டு தந்தையிடம் பணிவுடன் வந்து நின்றான். “கொற்றவை துணையிருப்பாள். அவளே உன்னையும் என்னையும் வழிநடத்துபவள். தைரியமாக இரு” என்று அவனை இறுக அணைத்துக்கொண்டார். மகனின் கண்ணீர்த் துளிகள் தந்தையின் தோள்களில் பட்டுத்தெறித்து முதுகில் படர ஒக்கதிந்தன் அணைப்பிலிருந்து மகனை உடனே விடுவித்து தன் இரண்டு கைகளாலும் அவன் தோள்களைப் பிடித்து கம்பீரமாக மகனை நேருக்கு நேராகப் பார்த்தார். “உன் ஒவ்வொரு கண்ணீர்த்துளிகளும் என்னை பலவீனப்படுத்தும் என்று உனக்குத் தெரியாதா. என் திட மனதை சஞ்சலைப்பட வைக்காதே மகனே. உன் தந்தை மிகவும் கொடுத்து வைத்தவன். இது கொற்றவையின் தீர்ப்பு. இதை மாற்ற எவராலும் இயலாது. மகிழ்ச்சியுடன் என்னை வழியனுப்பு” என்று கூறி அவனுடைய நெற்றியில் திருநீரு பூசினார்.

அனைவரும் ஒக்கதிந்தனைத் தொடர்ந்தார்கள். கோயில் பூசாரி அனைவரையும் வழி நடத்த மணமுள்ள சந்தனம், அவரை, துவரை, எள்ளுருண்டை, இறைச்சியுடன் கூடிய சோறு, நறுமணப் புகை முதலியவற்றைத் தாங்கியபடி இளம் பெண்கள் சென்றார்கள். அவர்களுக்கு பின் வழிப்பறியின்

போது கொட்டும் பறையுடனும், சூறையாடும் போது ஊதப்படும் கொம்பினையும் இசைத்துக்கொண்டு இளைஞர்கள் தொடர்ந்து வந்தார்கள்.

பிறை சூடிய சிரசு. தெறிக்கும் நெற்றிக்கண். பவளம் பொன்ற உதடுகள். முத்துப்பல் தெரியும் ஒளி வீசும் புன்னகை. நஞ்சை உண்டதினால் கருநிறமான சங்குக் கழுத்து. மார்புக் கச்சையாக கொடிய நச்சுப் பாம்புகளை அணிந்திருந்த கொற்றவையின் கைகளில் சூலம். இடக் காலில் சிலம்பு. வலக்காலில் கழல். மகிடாசுரனைக் கொன்று அவன் தலைமேல் கால் வைத்து கருநிறத்தவளான கொற்றவை முழு அலங்காரத்துடன் கலைமானின் மேல் கம்பீரமாக அமர்ந்திருந்தாள்.

பூஜைகான நேரம் நெருங்கிக்கொண்டிருந்தது. படாரி எனும் துர்கைக்குப் படையலாக ஒக்கதிந்தன் தன் உடம்பின் ஒன்பது பகுதிகளிலிருந்து தசைகளை ஒவ்வொன்றாக வெட்ட ஆரம்பித்தான். மக்களின் கூக்குரல் வின்னை எட்டியது. ஊர்ப்பெரியவர்கள் ஒக்கதிந்தனின் மேல் மலர் மாரிப் பொழிந்தார்கள். மேடையைச் சுற்றி தெறித்து குருதி வழிய ஒக்கதிந்தன் தன் தலையை சிறு குவடு போன்ற மேடையின் மேல் வைத்து தன் தலையைக் கத்தியால் தானே அறுத்து கொண்டையைப் பிடித்தபடி அத்தலையை தட்டின் மேல் வைத்தான். அதுவரை கோஷித்துக் குரல் எழுப்பிய மக்கள் அமைதியானார்கள். நறுமணப் புகை அதிகம் பரவி அந்த இடத்தைச் சூழ ஒக்கதிந்தன் அங்கு குழுமியிருந்த மக்களின் பார்வையிலிருந்து மெல்ல மெல்ல மறைந்துகோண்டே வந்தான். விசும்பலுடன் “அப்பா” என்ற குரல் மட்டும் சூழ்ந்திருந்த மக்களின் காதுகளில் பெரும் குரலாய் பட்டு எதிரொலித்தது. அந்த அதிர்வு எழும்பியடங்க நீண்ட நேரம் ஆனது.

இவரின் செயலை மெச்சிய திருவான்மூர் மக்கள் அதற்குப் பரிசாக அவருக்கு ஊர்ப் பறை கொட்ட நடுகல் மேடு நிறுவினார்கள். ஒக்கதிந்தனின் ஆவிக்கு பறை அடிப்புக்கு உரியவர்கள் நிலக் கொடையாக உயிர்த்தியாகம் செய்த வீரனுக்கு தொடுப்பட்டி நிலத்தைக்கொடுத்தார்கள். இதை எவரேனும் ஏற்க மறுத்தால் அவர்கள் கங்கைக்கும் குமரிக்கும் இடைப்பட்ட

எழுநூற்றுக் காதமுள்ள இந்த பெருநிலத்தில் வாழும் மக்களின் ஒட்டு மொத்த பாவைத்தையும் ஏற்பர் என்றும், அதோடு அவர்கள் வாழும் காலத்தில் அரசாளும் மன்னனுக்கு கால் பொன் தண்டம் செலுத்த வேண்டும் என்று கல்வெட்டில் பொறித்து உள்ளனர்.

(நெல்லூர் மாவட்டம் கூடூர் வட்டம் மல்லாம் எனும் சிற்றூரில் உள்ள சுப்ரமணியர் திருக்கோயிலின் செவ்வகக்கல்லில் நவக் கண்டம் கொடுக்கப்பட்ட செய்தி கல்வெட்டாக பதிவாகி உள்ளது. இதன் காலம் 9 ஆம் நூற்றாண்டென அறியப்படுகிறது)

■

www.ingramcontent.com/pod-product-compliance
Lightning Source LLC
LaVergne TN
LVHW060142051026
849517LV00007B/2535
* 9 7 8 9 3 9 1 2 6 2 0 4 4 *